വർഗീയതയും
ചരിത്രപൈതൃകവും

vargeeyathayum charithrapaithrukavum
•
romila thapar
•
translated
k n ganesh
•
first edition
march 2006
•
second editon
february 2008
•
third editon
november 2008
•
fourth editon
april 2013
•
typesetting and published
chintha publishers, thiruvananthapuram
•
printed
akshara offset, thiruvananthapuram
•
cover
prasoon

വിതരണം

ദേശാഭിമാനി ബുക്ക് ഹൗസ്

H O തിരുവനന്തപുരം-695 035
www.chinthapublishers.com
chinthapublishers@gmail.com

ബ്രാഞ്ചുകൾ

ഹെഡ്ഡാഫീസ് ബ്രാഞ്ച് കുന്നുകുഴി • ഓവർബ്രിഡ്ജ് തിരുവനന്തപുരം • കെ എസ് ആർ ടി സി ബസ് സ്റ്റേഷൻ ആലപ്പുഴ • കെ എസ് ആർ ടി സി ബസ് സ്റ്റേഷൻ എറണാകുളം • മച്ചിങ്ങൽ ലെയ്ൻ തൃശൂർ • ഐ ജി റോഡ് കോഴിക്കോട് • കെ എസ് ആർ ടി സി ബസ് സ്റ്റേഷൻ കോഴിക്കോട് • എൻ ജി ഒ യൂണിയൻ ബിൽഡിങ് കണ്ണൂർ • സെൻട്രൽ ബസ് ടെർമിനൽ കോംപ്ലക്സ് താവക്കര കണ്ണൂർ

CR - 1267 / 3197

വർഗീയതയും ചരിത്രപൈതൃകവും

റൊമില ഥാപ്പർ

പരിഭാഷ
കെ എൻ ഗണേഷ്

ചിന്ത പബ്ലിഷേഴ്സ്
തിരുവനന്തപുരം-695 035
വില : ₹ 70

ഉള്ളടക്കം

ആമുഖം

ലോകപ്രശസ്ത ചരിത്രകാരിയായ റൊമില ഥാപ്പറുടെ ഏതാനും ലേഖനങ്ങളാണ് ഈ സമാഹാരത്തിലുള്ളത്. സംഘടിത മതരാഷ്ട്രീയം ഇന്ത്യയുടെ ഭാവിക്ക് ഒരു ഭീഷണിയായി വളർന്നുവരുന്ന ഇന്നത്തെ സാഹചര്യത്തിൽ ഈ ലേഖനങ്ങളുടെ പ്രസക്തി വർധിക്കുന്നു.

ഥാപ്പറുടെ പ്രധാന പ്രമേയം ഇന്ത്യാചരിത്രരചനയാണ്. ജെയിംസ് മിൽ മുതൽ ഇന്ത്യാചരിത്രത്തെക്കുറിച്ചെഴുതിയവർ സ്വീകരിച്ച കാഴ്ചപ്പാട് ഇന്നത്തെ ചരിത്ര സങ്കൽപ്പത്തെ എത്രമാത്രം സഹായിച്ചിട്ടുണ്ട് എന്നവർ പരിശോധിക്കുന്നു. ആദ്യത്തെ ഇന്ത്യാചരിത്രമെഴുതിയ ജെയിംസ് മില്ലാണ് ഇന്ത്യാചരിത്രത്തെ ഹിന്ദുകാലഘട്ടം, മുസ്ലീം കാലഘട്ടം, ബ്രിട്ടീഷ് കാലഘട്ടം എന്നിങ്ങനെ വിഭജിച്ചത്. തുടർന്നുവന്ന ബ്രിട്ടീഷുകാരും ഇന്ത്യക്കാരുമായ ചരിത്രകാരന്മാർ ഈ കാലനിർണയത്തെ വിശ്വാസപ്രമാണമായി അംഗീകരിച്ചു. മതവിശ്വാസങ്ങളുടെ അടിസ്ഥാനത്തിലുള്ള കാലനിർണയത്തെ എതിർത്ത ചില ചരിത്രകാരന്മാർ പ്രാചീനകാലം, മധ്യകാലം, ആധുനിക കാലം എന്നീ പേരുകൾ നൽകി. അപ്പോഴും 'പ്രാചീനം' ഹിന്ദുക്കളുടെയും 'മധ്യകാലം' മുസ്ലീങ്ങളുടെയുമായിരുന്നു. പ്രാചീന കാലം 'ഭാരതീയ സംസ്കാരത്തിന്റെ' സുവർണകാലമായിരുന്നെന്നും മുസ്ലീങ്ങളുടെ ആക്രമണങ്ങളിൽ ആ സംസ്കാരം തകർന്നു വീണെന്നും പ്രചരിപ്പിക്കപ്പെട്ടു. ദൽഹി സുൽത്താന്മാർക്കും മുഗൾ ചക്രവർത്തിമാർക്കുമെതിരെ പോരാടിയ ചില പ്രാദേശിക നാടുവാഴികൾ 'ഹിന്ദുധർമ'ത്തിന്റെ കാവൽഭടന്മാരായി ചിത്രീകരിക്കപ്പെട്ടു. ശിവജിയുടെയും റാണാപ്രതാപസിംഹന്റെയും വീരഗാഥകൾ ചരിത്രത്തിൽ മാത്രമല്ല, ജനങ്ങളുടെ മനസിലും സ്ഥാനം പിടിച്ചു.

ഈ കാഴ്ചപ്പാട് കൊളോണിയൽ ഭരണാധികാരികളുടെ രാഷ്ട്രീയ തന്ത്രത്തിന്റെയും ഭാഗമായി. ഇന്ത്യൻ ജനതയെ മനുഷ്യ സമൂഹം എന്നതിലുപരി, വിവിധ മതസമുദായങ്ങളുടെ കൂട്ടമായാണ് ബ്രിട്ടീഷുകാർ കണ്ടത്. മതസമുദായങ്ങളെ തമ്മിലടിപ്പിക്കുക ബ്രിട്ടീഷ്ഭരണതന്ത്രത്തിന്റെ ഭാഗമായി. ആധുനിക വിദ്യാഭ്യാസത്തിന്റെയും സംസ്കാരത്തിന്റെയും സ്വാധീനമുള്ള മധ്യവർഗത്തിൽ ഒരു വിഭാഗമെങ്കിലും മതരാഷ്ട്രീയത്തിലേക്കു കടന്നുവന്നു. മുസ്ലീംലീഗും ഹിന്ദുമഹാസഭയുമുണ്ടായി. മതരാഷ്ട്രീയത്തിൽപ്പെടാത്ത ദേശീയ നേതാക്കൾ പോലും പ്രാചീന ഭാരത സംസ്കാരത്തിന്റെ മഹിമയെ ഉയർത്തിപ്പിടിച്ചു.

പ്രാചീനഭാരത സംസ്കാരം എന്നതുകൊണ്ട് അന്നത്തെ ദേശീയ വാദികളും ചരിത്രകാരന്മാരും അർഥമാക്കിയത്, 'ആര്യസംസ്കാരത്തെയും ഹിന്ദുധർമ'ത്തെയുമായിരുന്നു. ആര്യൻ മിത്തിന്റെ ഉത്ഭവത്തെയും വളർച്ചയെയും കുറിച്ച് ഥാപ്പർ വിശദമായി പ്രതിപാദിക്കുന്നുണ്ട്. ബ്രിട്ടീഷുകാർ ഉൾപ്പെടെയുള്ള യൂറോപ്യന്മാരും ഇന്ത്യക്കാരും ഒരേ ഉറവിടത്തിൽ നിന്ന് ഉത്ഭവിച്ചതാണെന്ന വാദം ഇന്ത്യൻ മധ്യവർഗത്തെ ആകർഷിച്ചതിൽ അത്ഭുതപ്പെടാനില്ല. ആര്യന്മാരുടെ ആക്രമണത്തിന്റെയും സിന്ധു ഗംഗാസമതലത്തിലുള്ള അവരുടെ വ്യാപനത്തിന്റെയും കഥകൾ പൂർണമായി അംഗീകരിക്കപ്പെട്ടു. ആര്യന്മാർ കീഴടക്കിയ വിഭാഗങ്ങളെ ദ്രാവിഡന്മാരായി കരുതി. പ്രാചീന സംസ്കൃതി / സംസ്കാരം ആര്യസംസ്കാരമായി കണക്കാക്കപ്പെട്ടു. പിന്നീട് സിന്ധുനദീതട സംസ്കാരം കണ്ടെത്തിയപ്പോൾ അതിനെ ദ്രാവിഡ സംസ്കാരമായി കരുതുകയും അതിനെ നശിപ്പിച്ചത് ആര്യന്മാരാണെന്ന് വാദിക്കുകയും ചെയ്തു. ആര്യൻ മിത്ത് ആധുനിക ഇന്ത്യയിലെ ഉപരിവർഗങ്ങളുടെയും ഉപരിജാതികളുടെയും പദവിയെ ന്യായീകരിക്കാൻ ശക്തിയുള്ളതായി.

'ഹിന്ദുധർമ'ത്തിന്റെയും സ്ഥിതി അതുതന്നെയായിരുന്നു. ബ്രാഹ്മണമതവും ശ്രമണമതങ്ങളുമല്ലാതെ, ഹിന്ദുധർമത്തെക്കുറിച്ച് ഒരു പ്രാചീന ഗ്രന്ഥവും പരാമർശിച്ചില്ലെന്നത് അവഗണിക്കപ്പെട്ടു. 'ഹിന്ദുക്കൾ' എന്നു വിളിച്ചിരുന്നവർ ശൈവന്മാരും വൈഷ്ണവരും ശാക്തന്മാരുമായിരുന്നെന്ന വസ്തുതയും മറക്കപ്പെട്ടു. ബുദ്ധ-ജൈനമതങ്ങളെപ്പോലും 'ഹിന്ദു' പാരമ്പര്യത്തിന്റെ ഭാഗമാക്കുകയും വേദോപനിഷത്തുകളെയും ഇതിഹാസങ്ങളെയും ഹൈന്ദവമത ഗ്രന്ഥങ്ങളാക്കുകയും ചെയ്തു. ഇന്ത്യയിൽ ജീവിച്ചിരുന്ന നിരവധി ജനവിഭാഗങ്ങളുടെ സാംസ്കാരിക രൂപങ്ങളുടെ സമ്മേളനത്തിൽ നിന്നുണ്ടായ പാരമ്പര്യങ്ങളെ 'ഹിന്ദുമത'ത്തിൽ വലിച്ചു കെട്ടി. ക്രമേണ 'ഭാരതീയസംസ്കാരം' എന്നത് ആര്യ പാരമ്പര്യവും ഹിന്ദു പാരമ്പര്യവുമായി. ഈ പാരമ്പര്യങ്ങൾക്ക് നിരക്കാത്ത ചരിത്ര

വസ്തുതകളും സംഭവങ്ങളും തികച്ചും അപ്രധാനമായി കരുതി പുറന്തള്ളപ്പെട്ടു.

ആര്യവംശത്തെയും ഹിന്ദുപാരമ്പര്യത്തെയും സംബന്ധിച്ച വാദങ്ങൾ സ്ഥാപിച്ചുകഴിഞ്ഞാൽ, 'മുസ്ലീംകാലഘട്ട'ത്തെപ്പറ്റിയുള്ള കാഴ്ചപ്പാട് രൂപാന്തരപ്പെടുത്താൻ എളുപ്പമാണ്. 'ആര്യ'സംസ്കൃതി സംസ്കാരത്തെയും ഹിന്ദുധർമത്തെയും തകർക്കുകയായിരുന്നു മുസ്ലീം ഭരണാധികാരികളുടെ ലക്ഷ്യമെന്ന് വാദിക്കപ്പെട്ടു. ഘസ്നിയിലെ മഹമൂദിന്റെ ആക്രമണങ്ങളെപ്പറ്റി പ്രചരിച്ച കഥകൾ ഉദാഹരണമാണ്. തീർച്ചയായും മുസ്ലീം ഭരണാധികാരികൾ ക്ഷേത്രങ്ങളെ നശിപ്പിച്ചിട്ടുണ്ട്. ഥാപ്പറും ആർ എസ് ശർമ്മയും ചൂണ്ടിക്കാണിച്ചതുപോലെ ക്ഷേത്രധ്വംസനം മുസ്ലീങ്ങളുടെ വരവിനു മുമ്പും നടന്നിട്ടുണ്ട്. കാശ്മീർ രാജ്യത്തിൽ വിഗ്രഹഭഞ്ജനത്തിന് ഒരു പ്രത്യേക ഉദ്യോഗസ്ഥനുണ്ടായിരുന്നു. മധ്യകാല ക്ഷേത്രങ്ങൾ മതകേന്ദ്രങ്ങൾ എന്നതിനപ്പുറം ഭരണാധികാരികളുടെ അധികാര ചിഹ്നങ്ങളായിരുന്നു. ക്ഷേത്രനിർമാണവും നാശവും രാജാക്കന്മാരുടെ ഉയർച്ചയും തകർച്ചയും സൂചിപ്പിച്ചിരുന്നു. ദക്ഷിണേന്ത്യയിൽ തന്നെ തഞ്ചാവൂരിലെ ബൃഹദീശ്വര ക്ഷേത്രം ചോളന്മാരുടെ അധികാരത്തിന്റെയും മധുരമീനാക്ഷി ക്ഷേത്രം നായ്ക്കന്മാരുടെ അധികാരത്തിന്റെയും തെളിവുകളാണല്ലോ. ഉത്തരേന്ത്യയിലെ ക്ഷേത്രങ്ങളും വ്യത്യസ്തങ്ങളായിരുന്നില്ല. ക്ഷേത്രധ്വംസനം മതപരമായ കർമമെന്നതിനെക്കാൾ മധ്യകാല രാഷ്ട്രത്തിന്റെ സ്വഭാവത്തെയായിരുന്നു കാണിച്ചത്.

മധ്യകാല ഇന്ത്യയുടെ ചരിത്രകാരന്മാർ ചൂണ്ടിക്കാണിക്കുന്ന മറ്റൊരു വസ്തുതയുണ്ട്. ഭരണാധികാരികൾ തമ്മിൽ ശത്രുതയുണ്ടാകാം. പക്ഷേ, ഹിന്ദുക്കളും മുസ്ലീങ്ങളുമായ ജനങ്ങൾ തമ്മിൽ ശത്രുതയുണ്ടായിരുന്നതായി തെളിവില്ല. ചിലയിടങ്ങളിൽ സംഘർഷങ്ങളുണ്ടായിരിക്കാം. പക്ഷേ, പൊതുവെ ഹിന്ദുക്കളും മുസ്ലീങ്ങളും മൈത്രിയിൽ പ്രവർത്തിച്ചിരുന്നു. മതപരമായ സംവാദങ്ങളിലും അവർ ഏർപ്പെട്ടിരുന്നു. മുസ്ലീം ഭരണാധികാരികളുടെ കീഴിൽ നിരവധി ഹിന്ദുക്കൾ പ്രവർത്തിച്ചിരുന്നു. മധ്യകാലചരിത്രകാരനായ ഡോ. അത്തർ അലിയുടെ പഠനത്തിൽ നിന്നു തെളിയുന്നത് 'മതഭ്രാന്ത'നെന്നു കരുതപ്പെട്ട ഔറംഗസേബിന്റെ കാലത്ത് ഔദ്യോഗികസേവനം നടത്തിയ ഹിന്ദുപ്രഭുക്കളുടെ എണ്ണം വർധിച്ചുവരികയായിരുന്നുവെന്നാണ്.

എന്നാൽ വർഗീയ ചരിത്രകാരന്മാരും മതരാഷ്ട്രീയക്കാരും എന്താണ് ചെയ്തത്? ഇന്ത്യയിലെ പ്രാദേശിക ഭരണാധികാരികൾ തമ്മിൽ നടന്ന സംഘട്ടനങ്ങൾ വഴിയായി ക്ഷേത്രങ്ങൾ നശിപ്പിക്കപ്പെട്ടപ്പോൾ, അതിനെ മുസ്ലീം സമുദായത്തിന്റെ ആക്രമണമായി ചിത്രീകരിച്ചു. ഭരണാധികാരികളുടെ രാഷ്ട്രീയതന്ത്രങ്ങളെ മതഭ്രാന്തായി കണ്ടു. പ്രാഗ്-ആധുനിക കാലഘട്ടങ്ങളിൽ മതവും രാഷ്ട്രീ

യവും തമ്മിലുള്ള ബന്ധവും സംഘടിതമതങ്ങളുടെ ആശയപരമായ പ്രാധാന്യവും മറക്കപ്പെട്ടു.

മതരാഷ്ട്രീയക്കാർ അവിടെയും നിർത്തുന്നില്ല. നൂറ്റാണ്ടുകൾക്കു മുമ്പുനടന്ന സംഘട്ടനങ്ങൾക്ക് ഇന്ന് പകരം ചോദിക്കണമെന്നാണ് അവർ വാദിക്കുന്നത്. ഭൂതകാലത്തെ പ്രേതങ്ങളെ ഇന്ന് ഉയർത്തിക്കൊണ്ടുവരുന്നത് എന്തിനാണ്? സമകാലീനസമൂഹം നേരിടുന്ന ഏതെങ്കിലും അടിസ്ഥാന പ്രശ്നത്തിനു പരിഹാരം കാണാനാണോ? ഇന്ത്യയിൽ നടമാടുന്ന ദാരിദ്ര്യം, നിരക്ഷരത, രോഗാതുരത, തൊഴിലില്ലായ്മ മുതലായ പ്രശ്നങ്ങൾക്ക് പരിഹാരം കാണാനാണോ? സമൂഹത്തിലെ അസമത്വത്തിനും ചൂഷണത്തിനും പ്രതിവിധിയായിട്ടാണോ? ഇതൊന്നുമല്ല, വിവിധ സുദായങ്ങൾ ഇടകലർന്നു താമസിക്കുന്ന ഇന്ത്യയിൽ വിശ്വാസത്തിന്റെയും പാരമ്പര്യത്തിന്റെയും പേരുചൊല്ലി ജനങ്ങളെ തമ്മിലടിപ്പിക്കാനുള്ള കുടിലതന്ത്രമാണ് ഇതിനു പിന്നിൽ. ജനങ്ങളെ നേരിടുന്ന കാതലായ പ്രശ്നങ്ങളിൽ നിന്നും അവ പരിഹരിക്കാനുള്ള ശാസ്ത്രീയവും ജനാധിപത്യപരവുമായ സമീപനങ്ങളിൽ നിന്നും ജനശ്രദ്ധ വഴിതിരിച്ചുവിടാനുള്ള നീക്കമാണിത്. പുരോഗമന വാദികളെയും ജനാധിപത്യ പ്രസ്ഥാനങ്ങളെയും തകർക്കാനുള്ള ബോധപൂർവമായ നീക്കത്തിന്റെ ഭാഗമാണിത്. വർഗീയവാദികൾ അതിനുവേണ്ടി ചരിത്രസത്യങ്ങളെ വളച്ചൊടിക്കുകയും ദുരുപയോഗപ്പെടുത്തുകയും ചെയ്യുന്നു.

ഇന്ത്യയിൽ പുരോഗമനസ്വഭാവമുള്ള മതേതരജനാധിപത്യ പ്രസ്ഥാനം വളരണമെങ്കിൽ സംഘടിത മതരാഷ്ട്രീയം ഉയർത്തുന്ന വെല്ലുവിളിയെ നേരിടുകതന്നെ വേണം. മതങ്ങൾ തമ്മിലുള്ള സാഹോദര്യം വളർത്തുന്നതുകൂടാതെ ഇന്ത്യൻ സമൂഹത്തെയും സംസ്കാരത്തെയും കുറിച്ചുള്ള ശാസ്ത്രീയ പഠനങ്ങളും നിഗമനങ്ങളും ജനങ്ങളിലേക്കെത്തിക്കുകയും ജനങ്ങളുടെ ഇടയിൽ ചർച്ചാവിഷയമാക്കുകയും ചെയ്യേണ്ടതാവശ്യമാണ്. ഈ സാഹചര്യത്തിൽ റൊമില ഥാപ്പറുടെ പ്രബന്ധങ്ങൾ സശ്രദ്ധം പഠിക്കേണ്ടതാണ്. മതേതര ജനാധിപത്യ ചിന്തയുടെയും ശാസ്ത്രീയ ചരിത്രപഠനത്തിന്റെയും ദിശയിൽ നിരവധി പ്രാമാണിക സത്യങ്ങൾ നമ്മെ പഠിപ്പിക്കാൻ അവയ്ക്കു കഴിയുന്നു.

കെ എൻ ഗണേശ്

വർഗീയതയും പ്രാചീനഭാരത ചരിത്രരചനയും

ഇന്ത്യാചരിത്രം വ്യാഖ്യാനിക്കുന്നതിൽ വർഗീയപക്ഷപാതം കടന്നുകൂടുന്നതിനെക്കുറിച്ച് പരാമർശിക്കുമ്പോഴെല്ലാം, ഭാരത ചരിത്രത്തിന്റെ പ്രാചീനകാലഘട്ടത്തെക്കുറിച്ച് എഴുതിയിട്ടുള്ള ചരിത്രകാരന്മാരിൽ ഈ പക്ഷപാതം കാണുകയില്ലെന്നും, ഉണ്ടെങ്കിൽതന്നെ അത്രയൊന്നും പ്രസക്തമല്ലെന്നും, ഒരു പൊതുധാരണ നാം വച്ചു പുലർത്തുന്നു. എന്നിരുന്നാലും ഇന്ത്യാചരിത്രം മനസിലാക്കുന്നതിലും വ്യാഖ്യാനിക്കുന്നതിലും ഉള്ള വർഗീയസമീപനം മധ്യകാലത്തിന്റെയോ ആധുനിക കാലത്തിന്റെയോ ചരിത്രത്തിൽമാത്രം ഒതുങ്ങിനിൽക്കുന്ന ഒന്നല്ല. അടിസ്ഥാനപരമായിത്തന്നെയുള്ള വർഗീയ സമീപനത്തിന് പ്രാചീനഭാരത ചരിത്രത്തെക്കുറിച്ചുള്ള സമീപനത്തെയും ധാരണയെയും അതിന്റെ വ്യാഖ്യാനത്തെയും വികൃതപ്പെടുത്താൻ കഴിയും എന്നുള്ളതാണ് ഇതിനു കാരണം. ആധുനിക വർഗീയതയുടെ ആശയസംഹിത ഒന്നു പരിശോധിച്ചാൽ അത് അതിന്റെ യുക്തിപരമായ ന്യായീകരണത്തിന് ഭൂതകാല ചരിത്രത്തെയാണ് ആശ്രയിക്കുന്നതെന്ന് വ്യക്തമാകുന്നതാണ്. അങ്ങനെ, ഹിന്ദുവർഗീയവാദികൾ പ്രാചീന കാലത്ത് നിലനിന്നിരുന്നുവെന്ന് പറയുന്ന ഒരു ആദർശസുന്ദരമായ ഹിന്ദു സമുദായത്തെക്കുറിച്ചുള്ള സങ്കൽപ്പരൂപം ഉയർത്തിപ്പിടിക്കുന്നതിന് ശ്രമിക്കുകയും ഇന്ത്യക്ക് സംഭവിച്ച ദുരന്തങ്ങൾക്കെല്ലാം കാരണം മുസ്ലീങ്ങളുടെ ആഗമനമാണെന്ന് ആക്ഷേപിക്കുകയും ചെയ്യുന്നു. അതേപോലെതന്നെ വിഘടനവാദത്തിന്റെ നാരായവേര് മധ്യകാലഘട്ടത്തിന്റെ തുടക്കത്തിലാണ് (അതായത് എ ഡി പതിനൊന്നോ പതിമൂന്നോ നൂറ്റാണ്ടിൽ) കിടക്കുന്നതെന്ന് മുസ്ലീം വർഗീയവാദികളും സമർഥിക്കാൻ ശ്രമിക്കുന്നു.

ചരിത്രപരമായ വ്യാഖ്യാനം സമകാലീന ആശയസംഹിതയുടെ തന്നെ ഫലമാകാമെന്ന വസ്തുത പലപ്പോഴും വിസ്മരിക്കപ്പെടാറുണ്ട്. കാര്യമായ വിശകലനത്തിനൊന്നും തുനിയാതെ സംഭവങ്ങളുടെ ഒരു

വിവരണം നൽകുകമാത്രമാണ് ചരിത്രം, എന്ന സിദ്ധാന്തം ചില ചിത്രകാരന്മാർ അടുത്ത കാലംവരെ വച്ചുപുലർത്തിപ്പോന്നിട്ടുണ്ട്. ആ സിദ്ധാന്തം, പല കാര്യങ്ങളിലും അങ്ങനെതന്നെ ഇന്നും തുടരുകയും ചെയ്യുന്നു. ഈ പശ്ചാത്തലത്തിൽ മുൻപ് പറഞ്ഞ വസ്തുത പ്രത്യേകിച്ചും പ്രസക്തമത്രെ. ഏതേത് സംഭവങ്ങൾ തെരഞ്ഞെടുക്കുന്നു എന്നത് ചരിത്രപണ്ഡിതന്മാരുടെ മനച്ചായ്‌വിനു വിധേയമായിരിക്കും. ഈ തെരഞ്ഞെടുപ്പിൽ ചരിത്രകാരന്റെ അന്തഃസത്ത തെളിഞ്ഞുകാണാം. ഒരു ചരിത്രകാരൻ തനിക്ക് ലഭ്യമായ പ്രമാണങ്ങളിൽ ഏതേതിന് മുൻഗണന നൽകുന്നുവെന്ന കാര്യവും, കിട്ടിയ പ്രമാണങ്ങളെ വിശകലനം ചെയ്യുന്നതിനും വിമർശിക്കുന്നതിനും എത്രത്തോളം സന്നദ്ധത പ്രകടിപ്പിക്കുന്നുവെന്ന കാര്യവും അദ്ദേഹത്തിന്റെ ചരിത്രവ്യാഖ്യാനത്തിൽ സ്വാധീനം ചെലുത്തുന്നു,

ഇന്ത്യയുടെ പ്രാചീന ചരിത്രരചനയിൽ വർഗീയതയുടെ സ്വാധീനം എത്രമാത്രമുണ്ടെന്ന് മനസിലാക്കുവാൻ ശ്രമിക്കുന്നതിന് സമീപകാല നൂറ്റാണ്ടുകളുടെ ചരിത്രരചനയിൽ സമകാലീന ആശയങ്ങൾ എത്രത്തോളം കടന്നുകൂടിയിട്ടുണ്ടെന്ന് പരിശോധിക്കുന്നത് പ്രയോജനപ്രദമായിരിക്കും. പ്രാചീന ഇന്ത്യയുടെ ആധുനിക രീതിയിലുള്ള ചരിത്ര രചനയും പ്രാചീന ഭാരതീയ സംസ്കാരത്തെക്കുറിച്ചുള്ള പഠനങ്ങളും ആരംഭിച്ചത് പതിനെട്ടാം നൂറ്റാണ്ടിലാണ്. അന്നുമുതൽ ഇരുപതാം നൂറ്റാണ്ടിന്റെ ആരംഭംവരെയുള്ള കാലഘട്ടം പരിശോധിച്ചാൽ പ്രധാനമായും മൂന്നു ചിന്താധാരകൾ വേർതിരിച്ചു കാണാൻ കഴിയും. ഇവയെ പൗരസ്ത്യവാദികളുടെ (ഓറിയന്റലിസ്റ്റ്) വീക്ഷണം, ഉപയോഗിതാവാദികളുടെ (യൂട്ടിലിറ്റേറിയൻ) വീക്ഷണം, ദേശീയവാദികളുടെ (നാഷണലിസ്റ്റ്) വീക്ഷണം എന്നിങ്ങനെ തരംതിരിക്കാവുന്നതാണ്.

യൂറോപ്പും ഏഷ്യയും തമ്മിൽ പതിനെട്ടാം നൂറ്റാണ്ടു മുതൽ അഭിവൃദ്ധിപ്പെട്ടുവന്ന വ്യാപാരബന്ധങ്ങളുടെ ഫലമായി അനേകം പാശ്ചാത്യപണ്ഡിതന്മാരും മിഷനറിമാരും കാലക്രമേണ ഏഷ്യൻ സംസ്കാരത്തിന്റെ പഠനത്തിൽ താൽപ്പര്യം കാണിച്ചു തുടങ്ങി. ഇന്ത്യയുടെ കാര്യത്തിലാണെങ്കിൽ ഈ താൽപ്പര്യം ഭാഷാപഠനത്തിൽ പ്രത്യേകിച്ച് സംസ്കൃതത്തിന്റെയും പേഴ്സ്യന്റെയും പഠനത്തിൽ നിന്ന് ആരംഭിക്കുന്നു. പതിനെട്ടാം നൂറ്റാണ്ടിന്റെ അവസാനത്തിൽ റോയൽ ഏഷ്യാറ്റിക് സൊസൈറ്റിയുടെ സ്ഥാപനത്തോടെ ഈ പഠനം കൂടുതൽ ശക്തി ആർജിക്കുകയും ഇന്ത്യയുടെ പൗരാണിക പാരമ്പര്യത്തെ ആധാരമാക്കിയുള്ള കൃതികളെല്ലാം, ക്രമീകൃതമായ രീതിയിൽ രേഖപ്പെടുത്തി സംരക്ഷിക്കപ്പെടുകയും ചെയ്തു. ഓറിയന്റലിസ്റ്റ് എന്നോ ഇന്തോളജിസ്റ്റ് എന്നോ പിന്നീട് വിശേഷിപ്പിക്കപ്പെട്ട പണ്ഡിതന്മാരാണ് ഈ ജോലികൾ അധികവും നിർവഹിച്ചത്.

അവരിൽ സംസ്കൃത ഭാഷ വശമാക്കിയ പണ്ഡിതന്മാർ ആര്യഭാഷ സംസാരിക്കുന്ന ജനങ്ങളുടെ സംസ്കാരത്തിൽ ആവേശംകൊള്ളുക തന്നെ ചെയ്തു. ഇന്തോ–യൂറോപ്യൻ മാതൃരാജ്യമെന്ന സിദ്ധാന്തം ആവിഷ്കരിച്ചത് അവരായിരുന്നു. സംസ്കൃത–ഗ്രീക്ക് സംസ്കാരങ്ങൾക്ക് ഒരു പൊതുപൈതൃകമാണ് ഉള്ളതെന്ന സിദ്ധാന്തവും അവരാണ് അവതരിപ്പിച്ചത്. പരസ്പരബന്ധമുള്ള ഭാഷകൾ സംസാരിക്കുന്ന ജനങ്ങൾ എന്ന് പരിഗണിക്കുന്നതിനുപകരം ആര്യൻമാരെ തനതായ വ്യക്തിസത്തയോടു കൂടിയ ഒരു പ്രത്യേകവർഗമായി അവർ വിലയിരുത്തി. ഇന്ത്യയിലെ ആര്യസംസ്കാരത്തിന്റെയും യൂറോപ്പിലെ ഗ്രീക്കുസംസ്കാരത്തിന്റെയും ശക്തിവിശേഷങ്ങളെ അവർ പരസ്പരം ബന്ധിപ്പിക്കാൻ തുടങ്ങി. വേദകാലഘട്ടത്തെ അവർ മുക്തകണ്ഠം കൊണ്ടാടി. പൊതുവെ പറഞ്ഞാൽ ഈ ഓറിയന്റലിസ്റ്റുകളുടെ കണ്ണിൽ പ്രാചീന ഭാരതീയ സമൂഹം നിസർഗസിദ്ധമായ നന്മകളുടെ വിളനിലമായിരുന്നു. അന്തഃസംഘർഷങ്ങളെ അവർ നിസാരീകരിച്ചു. മഹത്വങ്ങളെ ഉച്ചൈസ്തരം കൊണ്ടാടി. വേദങ്ങളുടെയും ആ സാഹിത്യവുമായി ബന്ധപ്പെട്ട എല്ലാത്തിന്റെയും മാഹാത്മ്യത്തിൽ വിശ്വസിച്ചിരുന്ന യാഥാസ്ഥിതിക ഹിന്ദുവീക്ഷണത്തിന് എന്തുകൊണ്ടും അനുയോജ്യമായിരുന്നു ഈ സമീപനം.

പ്രസ്തുത ചിന്താധാരയെ പിൻതുടർന്ന് പിൽക്കാലത്തെ ഇന്ത്യൻ ചരിത്രകാരന്മാർ പ്രാചീന ഇന്ത്യൻ സമൂഹത്തെ വാഴ്ത്തുന്നതിന് ഓറിയന്റലിസ്റ്റുകളെ പ്രേരിപ്പിച്ചതെന്തായിരിക്കാമെന്ന കാര്യം തീരെ വിസ്മരിക്കുകയാണു ചെയ്തത്. ഈ ഓറിയന്റലിസ്റ്റുകളിൽ പലരും സ്വന്തം സമൂഹത്തിൽ നിന്ന് വിച്ഛേദിക്കപ്പെട്ടവരായിരുന്നുവെന്നതാണ് മുൻപറഞ്ഞ പ്രേരണാ ശക്തികളിൽ ഏറ്റവും പ്രകടമായ വസ്തുത. യൂറോപ്പിൽ നടന്നുകൊണ്ടിരുന്ന ചരിത്രപരമായ പരിവർത്തനങ്ങളുടെ നേരെ–വ്യാവസായിക വിപ്ലവത്തിന്റെ ഫലമായി ഉണ്ടായ പരിവർത്തനങ്ങളുടെ നേരെ പ്രത്യേകിച്ചും–ഇക്കൂട്ടർ തികച്ചും സംശയാലുക്കളായിരുന്നു. അതുകൊണ്ടവർ സ്വന്തമായ ഒരു കാൽപ്പനിക സ്വർഗം മറ്റെവിടെയോ കണ്ടെത്താൻ ശ്രമിച്ചു.

അവരിൽ പലരും പൗരസ്ത്യദേശത്തെ പ്രാചീന സംസ്കാരത്തിൽ ഈ കാൽപ്പനിക സ്വർഗം കണ്ടെത്തി. ഉദാഹരണമായി ഇന്ത്യൻ പൗരാണികതയുടെ ആദർശവൽക്കരിക്കപ്പെട്ട സംസ്കാരവുമായി താദാത്മ്യം പ്രാപിക്കാൻ ശ്രമിച്ചവരിൽ ഒരാളാണ് മാക്സ്മുള്ളർ. അദ്ദേഹം സ്വന്തം പേരിനുപകരം 'മോയുഷ്മുല' എന്നൊരു പേരു പോലും സംസ്കൃതത്തിൽനിന്നും മിനഞ്ഞുണ്ടാക്കി. ഈ ആദർശവൽക്കരണം പലപ്പോഴും, ആധുനിക ഭാരതത്തിന്റെ കാര്യത്തിലും സംഭവിക്കുന്നു. പത്തൊൻപതാം നൂറ്റാണ്ടിൽ ജീവിച്ച മാക്സ്മുള്ളർ തന്റെ ജീവിത കാലത്തിനിടയിൽ യഥാർഥ ഇന്ത്യ

നേരിട്ടു വന്നു കണ്ടിരുന്നുവെങ്കിൽ അദ്ദേഹത്തിന്റെ ശരിക്കുള്ള പ്രതികരണം എന്തായിരിക്കുമായിരുന്നുവെന്ന് ചിന്തിക്കുന്നത് രസാവഹമായിരിക്കും. ഈ വിഭാഗത്തിൽപ്പെട്ട ഓറിയന്റലിസ്റ്റുകളുടെ ലേഖനങ്ങളും ഗ്രന്ഥങ്ങളും ഇന്ത്യക്കാരെ സ്വാധീനിക്കുകയുണ്ടായി. പത്തൊൻപതാം നൂറ്റാണ്ടിലെ മതപരവും സാമൂഹ്യവുമായ പ്രസ്ഥാനങ്ങൾ ഇന്ത്യൻ പാരമ്പര്യത്തിന്റെ അസ്തിവാരമെന്ന നിലയ്ക്ക് വേദസംസ്കാരത്തിലാണ് ഊന്നൽ കൊടുത്തത്. ആര്യസമാജം ചെയ്തപോലെ വേദകാല ഭാരതത്തെ ഒരു ആദർശലോകമായി അവർ ചിത്രീകരിക്കുകയും ചെയ്തു. എന്നാൽ ഈ ഓറിയന്റലിസ്റ്റുകൾ ഇന്ത്യക്കാരെ മാത്രമല്ല സ്വാധീനിച്ചത്. യൂറോപ്യൻ ചിന്താസരണിയിലെ ചില ആദർശങ്ങളിലും ഈ വീക്ഷണം സ്വാധീനം ചെലുത്തി. യൂറോപ്യൻ സാഹിത്യത്തിലെ റോമാന്റിക് പ്രസ്ഥാനം മുതൽ പത്തൊൻപതാം നൂറ്റാണ്ടിലെ വർഗ വിവേചന സിദ്ധാന്തം വരെയുള്ള വൈവിധ്യമാർന്ന മണ്ഡലങ്ങളിൽ ഈ സ്വാധീനം കാണാം. വർഗവിവേചന സിദ്ധാന്തവാദികളിൽ പ്രമുഖനായ ഗോബിനൊ അദ്ദേഹത്തിന്റെ ആശയങ്ങളിൽ പലതും ആര്യവർഗസിദ്ധാന്തത്തിലും ഇന്ത്യയിലെ ജാതിവ്യവസ്ഥയെക്കുറിച്ചുള്ള ധാരണകളിലുമാണ് പടുത്തുയർത്തിയത്. ഈ ചിന്താരീതിയുടെ അന്ത്യപരിണാമം 20-ാം നൂറ്റാണ്ടിലെ ജർമനിയിൽ കണ്ട ഹിറ്റ്ലറിസത്തിന്റെ ഉദയമായിരുന്നു.

ഇന്ത്യയുടെ പൗരാണിക സംസ്കാരത്തിനുവേണ്ടി വാദിക്കുന്നതിന് ഓറിയന്റലിസ്റ്റുകളെ പ്രേരിപ്പിച്ച മറ്റൊരു സംഗതി അവർ യൂട്ടിലിറ്റേറിയൻ (ഉപയോഗിതാവാദം) കാരുമായി പൊരുതി തോറ്റുവെന്നതത്രെ. പത്തൊൻപതാം നൂറ്റാണ്ടിലെ ബുദ്ധിജീവികൾക്കിടയിൽ മേധാവിത്വം ചെലുത്തിപ്പോന്ന ഒരുകൂട്ടം ബ്രിട്ടീഷ് ചിന്തകൻമാരാണിവർ. ബ്രിട്ടീഷ് ഭരണവും ബ്രിട്ടീഷ് നിയമങ്ങളും ഇന്ത്യയുടെ പിന്നോക്കനില അവസാനിപ്പിക്കുമെന്നും അതുകൊണ്ട് ഇന്ത്യയിലേക്കുള്ള ബ്രിട്ടന്റെ വരവ് ഒരു ദൈവാനുഗ്രഹമാണെന്നും ഇക്കൂട്ടർ ദൃഢമായി വിശ്വസിക്കുന്നു. അതേവരെ ഇടതടവില്ലാതെ തങ്ങളുടെ ആധിപത്യം പുലർത്തിയ സ്വേച്ഛാധികാരികളായ ഭരണകർത്താക്കളുടെ വാഴ്ച ഇതോടെ അവസാനിക്കുമെന്നും ഇന്ത്യൻ ജനതയിൽ രാഷ്ട്രീയ പ്രബുദ്ധത വളർത്തുന്നതിന് ഇതു സഹായിക്കുമെന്നും അവർ വിശ്വസിച്ചു. ഇന്ത്യാചരിത്രരചനയിൽ നിർണായകമായ സ്വാധീനം ചെലുത്തിയ യൂട്ടിലിറ്റേറിയൻ ചിന്തകൻമാരിൽ ഏറ്റവും പ്രമുഖൻ ജെയിംസ് മിൽ ആണ്. മിൽ രചിച്ച *ബ്രിട്ടീഷിന്ത്യാ ചരിത്രമെന്ന* ഗ്രന്ഥത്തിന്റെ ഒരുപക്ഷേ ഏറ്റവും ശ്രദ്ധേയമായ സവിശേഷത ഇന്ത്യാചരിത്രത്തിന് ഒരർഥത്തിൽ വർഗീയ വ്യാഖ്യാനം നൽകുന്നതിനുള്ള അടിത്തറ പാകിയെന്നതത്രെ. അങ്ങനെ ദ്വിരാഷ്ട്ര സിദ്ധാന്തത്തിന് ചരിത്രപരമായ നീതീകരണം അതു നൽകി. ഇന്ത്യാചരിത്രത്തെ ഹിന്ദു

സംസ്കാരം, മുസ്ലീം സംസ്കാരം, ബ്രിട്ടീഷ് സംസ്കാരം (ക്രിസ്ത്യൻ സംസ്കാരം എന്നല്ലെന്ന കാര്യം പ്രത്യേകിച്ചും രസകരമത്രേ.) എന്നിങ്ങനെയുള്ള പേരുകളിൽ മൂന്നു കാലഘട്ടങ്ങളായി വിഭജിക്കുന്ന രീതി വളർത്തിയെടുത്ത ഒന്നാമത്തെ ചരിത്രകാരൻ അദ്ദേഹമായിരുന്നു.

യൂട്ടിലിറ്റേറിയൻ ചിന്താഗതിയുടെ രാഷ്ട്രീയവും ബുദ്ധിപരവും ആയ പശ്ചാത്തലം വ്യക്തമായാൽ തോന്നിയ മട്ടിലുള്ള ഇത്തരം ഒരു വിഭജന പദ്ധതി മിൽ ഉപയോഗിച്ചത് എന്തുകൊണ്ടാണെന്ന് മനസിലാകും. എന്നാൽ പിൽക്കാല ചരിത്രകാരൻമാർ ഈ കാലവിഭജനത്തെ അതേപടി സ്വീകരിക്കുകയും പ്രസ്തുത വിഭജനത്തിന്റെ സാധുതയെ പരിശോധിക്കുന്നതിന് ഈ അടുത്തകാലംവരെ ഗൗരവബുദ്ധിയോടെ യാതൊരു ഉദ്യമവും നടത്താതിരിക്കുകയും ചെയ്തത് എന്തുകൊണ്ടാണെന്ന് ഇന്നും ഒരു ഉത്തരം കാണാത്ത പ്രശ്നമായി അവശേഷിക്കുന്നു. ഇന്ത്യയുടെ ആദ്യത്തെ അംഗീകൃതചരിത്രം മില്ലിന്റേതായിരുന്നു. അതുണ്ടാക്കിയ ആഘാതം അത്രയ്ക്ക് വലുതാണെന്നതുകൊണ്ട് അത് ആവിഷ്കരിച്ച സങ്കൽപ്പങ്ങളെ ചില കേന്ദ്രങ്ങൾ അന്യൂനമെന്ന നിലയിൽ ഇന്നും സ്വീകരിക്കുന്നു. ഇന്ത്യാചരിത്രത്തിലെ വിവിധ ഘട്ടങ്ങളെ ചില ചരിത്രകാരന്മാർ പ്രാചീനകാലം, മധ്യകാലം, ആധുനിക കാലം എന്നിങ്ങനെ നാമനിർണയം ചെയ്യുന്നു. എന്നാൽ ആ വിഭജനത്തിന്റെ അടിസ്ഥാനവും മിൽ സ്വീകരിച്ചതെന്തോ അതുതന്നെയാണ്. അതായത് ഓരോ കാലത്തും പ്രധാന രാജവംശങ്ങളുടെ മതവിശ്വാസങ്ങളിൽ വന്ന മാറ്റങ്ങൾ. മില്ലിന്റെ ചരിത്രപുസ്തകം ഇന്ത്യയിലെ ഭരണാധികാരികളുടെ പഠനത്തിന് അടിസ്ഥാന ഗ്രന്ഥമായിത്തീർന്നു. പത്തൊൻപതാം നൂറ്റാണ്ടിലെ ബ്രിട്ടീഷ് ചരിത്രകാരൻമാരിൽ വലിയ ഒരു വിഭാഗം ഈ ഭരണാധികാരികളിൽ പെട്ടവരായിരുന്നു. മിൽ എഴുതിയ ചരിത്രത്തിന്റെ മറ്റൊരു സവിശേഷത, അദ്ദേഹം ഹൈന്ദവസംസ്കാരത്തിന്റെ രൂക്ഷ വിമർശകനായിരുന്നുവെന്നതാണ്. അതിനെ പിന്നോക്ക സംസ്കാരമായും പുരോഗതിയുടെ ശത്രുവായും യുക്തി ബോധത്തിന് നിരക്കാത്തതായും അദ്ദേഹം ചിത്രീകരിച്ചു. മുസ്ലീം സംസ്കാരം എന്നദ്ദേഹം പേരിട്ടതെന്തോ, അതിനോട് അദ്ദേഹം കുറെക്കൂടി സഹാനുഭൂതി കാണിച്ചു. എന്നാൽ ചിലപ്പോൾ അതിനെയും അദ്ദേഹം തന്റെ കഠിനമായ വിമർശനത്തിൽ നിന്നും ഒഴിവാക്കിയിരുന്നില്ല. ഇതിന്റെ അനന്തരഫലമോ? ഓറിയന്റലിസ്റ്റുകളിൽ ഒരു വിഭാഗവും പിന്നീടുവന്ന ഇന്ത്യാചരിത്രകാരൻമാരും സ്വാഭാവികമായും ഹിന്ദു സംസ്കാരത്തെ ന്യായീകരിക്കുന്നതിന് ശ്രമിച്ചു–അതിനായി പ്രാചീനകാല മഹത്വത്തെ ഉള്ളതിലേറെ പെരുപ്പിച്ചു കൊണ്ടാടേണ്ടി വന്നിട്ടുമുണ്ട്.

ഇരുപതാം നൂറ്റാണ്ടിന്റെ ആരംഭകാലത്ത് ചരിത്രരചനയിൽ

ഏർപ്പെട്ട ഇന്ത്യാചരിത്രകാരൻമാർ അനിവാര്യമായിത്തന്നെ ദേശീയ പ്രസ്ഥാനത്തിന്റെ സ്വാധീനത്തിനു വിധേയമായിത്തീർന്നു. ദേശീയ ചരിത്രകാരൻമാരെന്ന് അവർ സ്വയം വിശേഷിപ്പിച്ചിരുന്നില്ല. എന്നാൽ ഇന്ത്യാചരിത്രത്തിന് അവർ നൽകിയ വ്യാഖ്യാനം പലപ്പോഴും ദേശീയവീക്ഷണം വച്ചുകൊണ്ടുള്ളതായിരുന്നു. അവർ അതിന് ഓറിയന്റലിസ്റ്റുകളുടെ ഗ്രന്ഥങ്ങളെ വളരെയേറെ ആശ്രയിച്ചു. അതോടെ ഇപ്പോൾ പലപ്പോഴും ഹിന്ദു ഇന്ത്യാ എന്ന പേരിൽ പരാമർശിക്കപ്പെടുന്ന പ്രാചീനഭാരതം മഹത്വപൂർണമെന്ന് വീണ്ടും കൊണ്ടാടപ്പെട്ടു. ഓറിയന്റലിസ്റ്റുകളുടെ പ്രവർത്തനം അങ്ങനെ ദ്വിമുഖം ഉളവാക്കി. ഇന്ത്യയുടെ പ്രാചീനമഹത്വത്തെ വീണ്ടും കണ്ടെത്തുന്നതിന് പ്രധാനമായും അവർ കാരണമായിത്തീരുന്നു. അങ്ങനെ നോക്കുമ്പോൾ പൗരാണികഭാരതത്തിൽ ദേശീയവാദികൾക്ക് താൽപ്പര്യം വളർത്തുന്നതിനുള്ള അടിസ്ഥാനമിട്ടത് അവരാണെന്നു കാണാം. അതോടൊപ്പം തന്നെ ഇന്ത്യൻ സംസ്കാരത്തെ ന്യായീകരിക്കാനുള്ള ഉദ്യമത്തിൽ അവർ ഭൂതകാലത്തിനുനേരെ വിമർശനാതീതമായ സമീപനം കൈക്കൊള്ളുന്നവർക്ക് വേണ്ട രക്ഷാസങ്കേതം ഏർപ്പെടുത്തിക്കൊടുക്കുകയും ചെയ്തു.

ഒരു രാഷ്ട്രം അതിന്റേതായ പാരമ്പര്യത്തിൽ നിന്നും സ്വന്തം വ്യക്തിത്വം കണ്ടെത്താൻ ശ്രമിക്കുമ്പോൾ അതിന്റെ പൗരാണിക മഹത്വത്തെ വാഴ്ത്തുക എന്നത് എല്ലാ ദേശീയപ്രസ്ഥാനത്തിന്റെയും സ്വഭാവമാണ്. ഇത് ഒരു പരിധിയോളം നീതീകരിക്കാവുന്നതുമാണ്. അത്തരം സന്ദർഭത്തിൽ തദ്ദേശീയമായ പാരമ്പര്യം സംസ്കാരത്തെ എത്രകാലത്തോളം പിന്നോക്കം ചെന്നു കണ്ടെത്താൻ ചരിത്രത്തിനു കഴിയുമോ അത്രയ്ക്ക് പൗരാണികത്വം നൽകി അവതരിപ്പിക്കാറുമുണ്ട്. ദേശീയത്വം കോളനിവാഴ്ചയെയും സാമ്രാജ്യവിരുദ്ധ സാഹചര്യത്തെയും അഭിമുഖീകരിച്ചു നിൽക്കുന്ന ചുറ്റുപാടിൽ ഈ ഭൂതകാല മഹിമാവർണനം വർത്തമാനകാലത്തിനു ഭവിക്കുന്ന അപമാനഭാരത്തിന് ഒരുതരം സമാശ്വാസമായി അനുഭവപ്പെടും. ആ ഘട്ടത്തിൽ കഴിഞ്ഞകാലത്തെ ആരെങ്കിലും വിമർശനാത്മകമായി സമീപിക്കുന്നുവെങ്കിൽ അവരെ ദേശീയാഭിലാഷങ്ങൾക്ക് തുരങ്കം വെയ്ക്കുന്നവർ എന്ന നിലയ്ക്കാണ് മിക്കവാറും വീക്ഷിച്ചു പോരാറുള്ളത്. പ്രാചീനകാലത്തെ ഇന്ത്യൻ സമൂഹത്തിൽ സംഘട്ടനങ്ങളും വടംവലികളും ഉണ്ടായിരുന്നുവെന്ന്–പ്രത്യേകിച്ചും സാമൂഹിക, സാമ്പത്തിക സ്വഭാവമോ മത സ്വഭാവമോ ഉള്ള സംഘർഷങ്ങൾ ഉണ്ടായിരുന്നുവെന്ന്– സമ്മതിച്ചു കൊടുക്കുന്നതുപോലും പ്രയാസമായി തോന്നത്തക്ക വിധം ഈ പൂർവകാല പ്രവർത്തനം രൂപപ്പെട്ടുവന്നു. ധർമശാസ്ത്രങ്ങൾ പോലുള്ള സിദ്ധാന്തപരമായ ഗ്രന്ഥങ്ങൾ പ്രാചീനഭാരതീയ ജീവിതത്തിന്റെ യഥാർഥ വിവരണം നൽകുന്ന ഗ്രന്ഥങ്ങൾ എന്ന

നിലയ്ക്ക് സ്വീകരിക്കപ്പെട്ടു. അങ്ങനെ, അത് ഒരു ആദർശസമൂഹമാണെന്ന തോന്നൽ ഉണ്ടാകുകയും ചെയ്തു. ആധുനിക ചരിത്രവിശകലനത്തിന്റെ അനുപേക്ഷണീയ ഘടകങ്ങളിൽ ഒന്ന്, ഏതു പ്രമാണരേഖയായാലും അതിന്റെ രചനയിൽ തൽക്കർത്താവിന്റെ ഉദ്ദേശ്യമെന്തെന്ന് ചോദ്യം ചെയ്യുക എന്നതാണ്. ആദ്യകാല ചരിത്രകാരൻമാർ ഈ സാങ്കേതികമാർഗം പ്രയോജനപ്പെടുത്തിയിരുന്നില്ല. അവരിൽ പലരും ബ്രാഹ്മണ കുടുംബത്തിലോ ക്ഷത്രിയകുടുംബത്തിലോ പെട്ടവരായിരുന്നു. സംസ്കൃതം പഠിക്കുന്നതിനുള്ള സൗകര്യം അക്കാലത്ത് ഏറെക്കുറെ അത്തരം വിഭാഗങ്ങൾക്കു മാത്രമായി പരിമിതപ്പെട്ടതാണ് അതിനുകാരണം. അതിന്റെ ഫലമായി ഈ പൗരാണിക പ്രമാണരേഖകൾ ചോദ്യം ചെയ്യപ്പെട്ടില്ല. വിദേശാധിപത്യത്തിൽ നിന്നുള്ള സ്വാതന്ത്ര്യം, ജനാധിപത്യസ്ഥാപനങ്ങൾ, രാഷ്ട്രീയ പ്രാതിനിധ്യം തുടങ്ങി ദേശീയപ്രസ്ഥാനത്തിന് അനുപേക്ഷണീയമായ മൂല്യങ്ങൾ തേടിക്കൊണ്ട് പ്രാചീനകാല ചരിത്രത്തെ സമീപിക്കുകയും അതെല്ലാം അവയിലുണ്ടെന്ന് സങ്കൽപ്പിക്കുകയും ചെയ്തു. ഉദാഹരണമായി ഉത്തരേന്ത്യയുടെ ചരിത്രത്തിൽ വിദേശീയാധിപത്യത്തിന്റെ പ്രശ്നം കണ്ടില്ലെന്നു നടിച്ചു കടന്നുപോവുക സാധ്യമായിരുന്നില്ല. കാരണം അവിടെ ബി സി 600 മുതൽ എ ഡി 500 വരെയുള്ള കാലഘട്ടത്തിൽ വടക്കുപടിഞ്ഞാറു നിന്ന് തുടർച്ചയായിട്ടുള്ള ആക്രമണങ്ങളും വിദേശീയാധിപത്യവും ഉണ്ടായിട്ടുണ്ട്.

മിൽ അവതരിപ്പിച്ച ഘട്ടവിഭജനത്തെ വെല്ലുവിളിച്ചില്ല എന്നതാണ് ദേശീയ ചരിത്രകാരൻമാരുടെ ഏറ്റവും വലിയ ദൗർബല്യം. സാമ്പത്തികവും സാമൂഹികവുമായ ചരിത്രത്തെ മിക്കവാറും അവഗണിച്ചുകൊണ്ട് അവരും മില്ലിനെപ്പോലെ രാഷ്ട്രീയ സംഭവങ്ങളുടെയും രാജവംശങ്ങളുടെയും പഠനത്തിൽ ശ്രദ്ധ കേന്ദ്രീകരിച്ചു എന്നതാണ് ഈ നില വന്നുചേരാനുള്ള ഭാഗികമായ കാരണം. രാജവംശങ്ങളുടെ ചരിത്രമെന്ന നിലയ്ക്ക് പരിശോധിക്കുമ്പോൾ 13-ാം നൂറ്റാണ്ടു മുതൽ ഇന്ത്യയിൽ മുസ്ലീം രാജവംശങ്ങൾ ആവർത്തിച്ചാവർത്തിച്ചു പ്രത്യക്ഷപ്പെടുന്നുവെന്നതുകൊണ്ട് അതൊരു മുസ്ലീം കാലഘട്ടമാണെന്ന തോന്നലുണ്ടാക്കിയേക്കാം. ഈ ഘട്ടവിഭജനത്തെ മുൻനിർത്തിനോക്കുമ്പോൾ അതിപ്രാചീന കാലഘട്ടത്തിന്റെ മഹത്വവൽക്കരണം എന്നതിന് ഹൈന്ദവകാലഘട്ടത്തിന്റെ മഹത്വവൽക്കരണം എന്നാണ് സ്വാഭാവികമായും അർഥംവരിക. അങ്ങനെ ഈ രണ്ടു കാലഘട്ടങ്ങളും തമ്മിൽ ഒട്ടുംതന്നെ അയവില്ലാതെ പ്രത്യേകം വേർതിരിഞ്ഞു നിൽക്കുന്നു.

1920 മുതൽ ഇന്ത്യൻ രാഷ്ട്രീയത്തിൽ മുസ്ലീങ്ങൾ വേർതിരിഞ്ഞുനിന്നതും ഈ ഘട്ടവിഭജനത്തെ കൂടുതൽ തീവ്രമാക്കിത്തീർത്തു. ഹിന്ദു ഭരണാധികാരത്തിന്റെ തകർച്ചയ്ക്കുള്ള കാരണം

മുസ്ലീങ്ങളുടെ ആഗമനമാണെന്ന് വളരെ സൗകര്യപൂർവ്വം വ്യാഖ്യാനിച്ച് ഒപ്പിക്കുന്നതിന് കഴിഞ്ഞു. അത്തരമൊരു വ്യാഖ്യാനത്തിന് ബുദ്ധിപരമായ വലിയ പ്രയത്നമൊന്നും ആവശ്യമില്ലല്ലോ. തുർക്കികൾക്ക് ഇത്ര വേഗത്തിൽ അവരുടെ ആധിപത്യം സ്ഥാപിക്കുന്നതിന് എങ്ങനെ സാധ്യമായി എന്നു കണ്ടെത്താൻ അക്കാലത്തെ സമൂഹത്തെ വിശകലനം ചെയ്തു പഠിക്കുന്നതിന് യാതൊരു ഉദ്യമവും നടന്നില്ല. തുടർന്ന് മുസ്ലീം കാലഘട്ടം അധഃപതനത്തിന്റെ കാലഘട്ടമായി പരിഗണിക്കപ്പെട്ടു തുടങ്ങി. മുസ്ലീം ഭരണത്തിന്റെ തന്നെ അപര്യാപ്തതയുടെ യുക്തിസഹമായ പരിണാമമെന്ന നിലയ്ക്ക് ബ്രിട്ടീഷ് ഭരണത്തിന്റെ രംഗപ്രവേശനത്തിന് അത് വഴിതെളിക്കുകയും ചെയ്തു. അതുപോലെതന്നെ, മുസ്ലീം കാലഘട്ടമാണ് ഹിന്ദുക്കളും മുസ്ലീങ്ങളും എന്ന ദ്വിരാഷ്ട്ര തത്ത്വത്തിന്റെ ക്രമാനുഗതമായ വളർച്ചയ്ക്ക് കളമൊരുക്കിയതെന്നും അതിന്റെ യുക്തിസഹമായ പരിണാമമെന്ന നിലയ്ക്കാണ്, രാജ്യങ്ങളെപ്പറ്റിയുള്ള ആധുനിക ധാരണകൾക്ക് ഉതകിയ രീതിയിൽ, ഹിന്ദുക്കൾക്കും മുസ്ലീങ്ങൾക്കും പ്രത്യേകം പ്രത്യേകം ആധിപത്യമുള്ള രണ്ട് സ്റ്റേറ്റുകളായി ഈ ഉപഭൂഖണ്ഡം വിഭജിക്കപ്പെട്ടതെന്നും വാദം ഉന്നയിക്കാറുണ്ട്. ഒരു മതവിഭാഗത്തിൽ പെട്ടവർ ഒന്നിച്ച് ചേർന്നതുകൊണ്ടുമാത്രം ഒരു രാഷ്ട്രമുണ്ടാവുകയില്ലെന്ന വാദത്തിന് അത്ര ഗൗരവപൂർണമായ പരിഗണന ലഭിക്കുകയുണ്ടായില്ല. 1930-കളിലേയും 40-കളിലേയും വർഗീയ രാഷ്ട്രീയം ഈ വ്യാഖ്യാനത്തിന് ശക്തി കൂട്ടുകയും വിഭജനവാദത്തിന് കുറെക്കൂടി മൂർച്ച നൽകുകയും ചെയ്തു. വർഗീയ ചരിത്രകാരന്മാരെ സംബന്ധിച്ചിടത്തോളം പകിസ്താന്റെ സൃഷ്ടിക്കുശേഷവും പ്രശ്നം പരിഹരിക്കപ്പെട്ടതായി കണ്ടില്ല. ഹിന്ദു വർഗീയ വാദികൾക്ക് ഇപ്പോഴും മുസ്ലീം സംസ്കാരമെന്ന യാഥാർഥ്യവുമായി മല്ലിടേണ്ടതായുണ്ട്. അതുകൊണ്ടാണ് ആ സംസ്കാരത്തിന്റെ പ്രാധാന്യത്തെ ചെറുതായി കാണിക്കുവാനോ അതിന്റെ വൈദേശികത്വത്തിന്മേൽ ഊന്നൽ കൊടുക്കുവാനോ ഉദ്യമങ്ങൾ നടക്കുന്നത്.

ഇന്ത്യാചരിത്രത്തിലെ ഘട്ടവിഭജനത്തിന്റെ ഉത്ഭവത്തെക്കുറിച്ചുള്ള ഒരു അവലോകനത്തിനാണ് മുമ്പ് പറഞ്ഞ വിശകലനത്തിലൂടെ ഇവിടെ പരിശ്രമിച്ചിട്ടുള്ളത്. ഹിന്ദുകാലഘട്ടം എന്നും മുസ്ലീം കാലഘട്ടം എന്നും ഉള്ള പദങ്ങളുടെ പ്രയോഗസാധുതയെക്കുറിച്ചും ഈ സന്ദർഭത്തിൽ ചിന്തിക്കുന്നത് അസ്ഥാനത്താവുകയില്ല.

ബി സി 1000 മുതൽ എ ഡി 1200 വരെയുള്ള കാലഘട്ടത്തെ ഹിന്ദുകാലഘട്ടം എന്നുവിളിക്കാമെന്നാണ് സാധാരണ കരുതിപ്പോന്നത്. അക്കാലത്ത് ഈ ഉപഭൂഖണ്ഡത്തിന്റെ ഭരണാധികാരം വഹിച്ച രാജവംശങ്ങൾ ഹിന്ദുമത വിശ്വാസികളായിരുന്നുവെന്നതാണ് ഇതിനുകാരണമായി പറയുന്നത്. രാജവംശങ്ങളുടെ ചരിത്രം

മാത്രം എടുത്താൽ തന്നെ ഈ കാലഘട്ടത്തെ ശരിയായ അർഥത്തിൽ ഹിന്ദു കാലഘട്ടം എന്ന് വിളിക്കുക സാധ്യമല്ല. കാരണം മൗര്യൻമാർ, ഇന്തോ ഗ്രീക്കുകൾ, ശാകൻമാർ, കുശാനൻമാർ തുടങ്ങി പ്രബലങ്ങളായ ഒട്ടേറെ രാജവംശങ്ങൾ ഈ വിവരണത്തിന്റെ പരിധിയിൽ ഒതുങ്ങി നിൽക്കുന്നില്ല. ഇവരിൽ പല രാജാക്കൻമാരും ബുദ്ധമതാനുയായികളായിരുന്നു. ഹിന്ദുക്കൾക്ക് എതിരില്ലായിരുന്നെങ്കിൽപോലും സ്വയം ബുദ്ധമതാനുയായികളാണെന്ന് അവർ ബോധപൂർവ്വം ഉദ്ഘോഷിച്ചു. എന്നിരിക്കെ ബി സി 500 മുതൽ എ ഡി 300 വരെ നീണ്ടുനിൽക്കുന്ന ബുദ്ധമതകാലഘട്ടം എന്ന മറ്റൊരു കാലഘട്ടം കൂടി ഉണ്ടാവേണ്ടതല്ലേ? ഇന്നത്തെ ഇന്ത്യയിൽ ബുദ്ധമതവിശ്വാസികളായ നല്ലൊരു വിഭാഗം ജനങ്ങൾ ഉണ്ടായിരുന്നുവെങ്കിൽ തീർച്ചയായും ഇത് സംഭവിക്കുമായിരുന്നു.

'ഹിന്ദു'എന്ന പദംകൊണ്ട് ഈ ഘട്ടവിഭജനത്തിന്റെ പശ്ചാത്തലത്തിൽ പ്രത്യേകിച്ചും എന്താണ് അർഥമാക്കുന്നതെന്ന ചോദ്യം ഉത്ഭവിക്കുന്നു. ഇസ്ലാമിന്റെ രംഗപ്രവേശനത്തിനു മുമ്പ് ഇന്ത്യയുമായി ബന്ധപ്പെട്ട പ്രമാണരേഖകളിലൊന്നും ഈ പദപ്രയോഗമില്ല. ഹിന്ദിൽ (ഇന്ത്യ) താമസിക്കുന്ന ജനങ്ങൾ എന്ന അർഥത്തിൽ ഇന്ത്യക്കാരെ പരാമർശിക്കുന്നതിനുവേണ്ടി ആദ്യമായി അറബികളും പിന്നീട് മറ്റുള്ളവരും ആ പദം ഉപയോഗിച്ചുപോന്നു. 'ഹിന്ദു' എന്ന സങ്കൽപ്പം, അങ്ങനെ നോക്കിയാൽ ഹിന്ദുക്കൾ എന്നപേരിൽ അറിയപ്പെടുന്നവർ ആവിഷ്കരിച്ചതോ ഉപയോഗിച്ചതോ ആയ ഒന്നല്ല. 'വിദേശികൾ' സ്വീകരിക്കുകയും ഉപയോഗപ്പെടുത്തുകയും ചെയ്ത ഒരു വൈദേശിക പദമാണ് ഹിന്ദുക്കൾ. ഇന്ന് 'ഹിന്ദു' എന്ന പേരിൽ നാം വേർതിരിച്ച് അംഗീകരിക്കുന്നതെന്തോ അത് പ്രാചീന കാലഘട്ടത്തിൽ അങ്ങനെ അംഗീകരിക്കുക സാധ്യമായിരുന്നില്ല. വേർതിരിച്ചു മനസിലാക്കാൻ കഴിയുന്ന 'ഹിന്ദു' ഉരുത്തിരിഞ്ഞുവന്നത് എ ഡി അഞ്ചാം നൂറ്റാണ്ടിനുശേഷം ഗുപ്തവാഴ്ചയെ പിന്നിട്ടു വന്ന കാലഘട്ടത്തിലാണ്. ഇസ്ലാമിന്റെ ആവിർഭാവത്തിനു മുമ്പുള്ള ഇന്ത്യയിലെ മതവിഭാഗങ്ങളും ഗ്രൂപ്പുകളും ഹിന്ദുക്കൾ എന്ന നിലയിലാവട്ടെ, ഒരു ഏകീകൃത മതം എന്ന നിലയ്ക്കാവട്ടെ, തമ്മിൽ തമ്മിൽ താദാത്മ്യം പ്രാപിച്ചു കഴിഞ്ഞിരുന്നില്ലെന്ന് സൂചിപ്പിക്കുന്ന എത്രയോ തെളിവുകൾ പ്രാചീന കാലഘട്ടത്തിന്റെ പ്രമാണങ്ങളിൽ കാണാം. ബുദ്ധമതാനുയായികളുടെ മതസംഘടനയുടെ രൂപം തന്നെ ഈ വൈരുധ്യത്തിന്റെ ഒന്നാംതരം തെളിവാണ്. യഥാർഥത്തിൽ ആധുനിക ഹിന്ദുമതത്തിന്റെ സവിശേഷതകൾ–പ്രത്യേകിച്ചും ഭക്തിപ്രസ്ഥാനം–പ്രകടമാംവിധം പ്രത്യക്ഷപ്പെട്ടുകാണുന്നതുതന്നെ മധ്യകാലഘട്ടത്തിലാണ്. വർഗീയ ചരിത്രകാരൻമാരാകട്ടെ അതിനെയാണ് അധഃപതനത്തിന്റെ കാലഘട്ടമായി പരിഗണിക്കുന്നതും.

ആദ്യകാലഘട്ടങ്ങളിൽ, അതായത് എ ഡി ഏഴാം നൂറ്റാണ്ടു മുതൽ എ ഡി പതിമൂന്നാംനൂറ്റാണ്ടുവരെ തങ്ങളെ മുസ്ലീങ്ങളിൽ നിന്നും വേർതിരിച്ചു കാണിക്കുന്നതിനു വേണ്ടി ഹിന്ദുക്കൾ ഉപയോഗിച്ചിരുന്ന സംജ്ഞകൾ എന്തായിരുന്നുവെന്നത് നമ്മുടെ ചർച്ചയിൽ അത്രതന്നെ പ്രസക്തമത്രെ. ഈ കാലഘട്ടത്തിന്റെ ചരിത്രത്തെക്കുറിച്ച് നാം ഇന്ന് എഴുതുമ്പോഴും അറബികളെയും തുർക്കികളെയും പേർഷ്യക്കാരെയും എല്ലാം ഒന്നായിച്ചേർത്ത് 'മുസ്ലീം' എന്ന പൊതുവായ സംജ്ഞ കൊണ്ടു വിശേഷിപ്പിക്കുന്നു. എന്നിരുന്നാലും 13–ാം നൂറ്റാണ്ടു വരെയുള്ള പ്രമാണഗ്രന്ഥങ്ങളിൽ ഈ പലതരം ആളുകളെ വിവരിക്കുന്നതിന് 'മുസ്ലീം' എന്ന പദം വളരെ ദുർലഭമായി മാത്രമെ ഉപയോഗിച്ചു കാണുന്നുള്ളൂ. ഈ കാലഘട്ടത്തിലെ പ്രമാണരേഖകൾ ഒരു മതസംജ്ഞ എന്ന നിലയ്ക്ക് അത് ഉപയോഗിക്കുന്നില്ല; കേവലം രാഷ്ട്രീയാടിസ്ഥാനത്തിൽ പരാമർശിക്കുന്നേയുള്ളൂ. അങ്ങനെ തുർക്കികളെ തുലുഷ്കരെന്നും അറബികളെ യവനരെന്നും പരാമർശിക്കുന്നു. പശ്ചിമേഷ്യയിൽ നിന്നും മധ്യധരണ്യാഴി പ്രദേശത്തുനിന്നും വരുന്നവരെയെല്ലാം അവർ ഗ്രീക്കുകാരായാലും റോമാക്കാരായാലും അറബികളായാലും പരാമർശിക്കുന്നതിന് ഉപയോഗിക്കുന്ന സംജ്ഞയാണ് 'യവനൻ' എന്നത്. സംസ്കൃതത്തിലെ യവന പദം തന്നെ പ്രാകൃതത്തിലെ യോനശബ്ദത്തിൽ നിന്നും ഉണ്ടായതാണ്. യോനശബ്ദം അയോണിയ എന്ന പദത്തിൽ നിന്ന് രൂപം കൊണ്ടതാണെന്ന് കൂടുതൽ വിശകലനത്തിൽ നിന്നും വ്യക്തമാവും. പശ്ചിമേഷ്യയുമായി മറ്റുള്ളവരേക്കാൾ മുമ്പുതന്നെ ഏറ്റവും അടുത്ത സമ്പർക്കം പുലർത്തിപ്പോന്ന അയോണിയൻ ഗ്രീക്കുകാരിൽ നിന്നാണ് ഈ പദം ഉത്ഭവിച്ചത്.

തുർക്കികളെയും പേർഷ്യക്കാരെയും അറബികളെയും പരാമർശിക്കുന്നതിന് ഉപയോഗിച്ചുപോന്ന മറ്റൊരു പദമാണ് 'മ്ലേച്ഛൻ' എന്നത്. ഈ പദത്തിനും മുൻപറഞ്ഞ പദത്തെപ്പോലെ അതിപ്രാചീനമായ ചരിത്രമുണ്ട്. ഇത് *ഋഗ്വേദ*ത്തിലാണ് ആദ്യമായി പ്രയോഗിച്ചു കാണുന്നത്. അന്യഭാഷ സംസാരിക്കുകയും അതുകൊണ്ട് ആര്യസംസ്കാരവുമായി പരിചയമില്ലാതിരിക്കുകയും ചെയ്ത ജനങ്ങളെ സൂചിപ്പിക്കുന്നതിനാണ് പ്രധാനമായും ഈ പദം ഉപയോഗിച്ചുപോന്നത്. അതുകൊണ്ട് പുരാതനകാലത്തെ മ്ലേച്ഛൻമാരിൽ അന്യഭാഷക്കാരായ ഒട്ടനവധി വർഗക്കാർ–പ്രത്യേകിച്ചും ഉത്തരേന്ത്യയിലെ ചില പ്രദേശങ്ങളിൽ പാർക്കുന്നവരും മധ്യേന്ത്യക്കാരുംപെടും. അതിന്റെ തുടർച്ചയായി പിൽക്കാലത്ത് വിദേശികളെ മുഴുവനും ഉൾക്കൊള്ളത്തക്ക നിലയ്ക്ക് ആ പദം വലിച്ചു നീട്ടി. ഇവിടെയും ശ്രദ്ധിക്കാനുള്ളത് മ്ലേച്ഛശബ്ദം യാതൊരു മതവിഭാഗത്തെയും കുറിക്കുന്ന പദമല്ല എന്നതാണ്. അതിന് പലപ്പോഴും സാംസ്കാരികമായ അർഥസൂ

ചനയാണുള്ളത്. അതുകൊണ്ട് അറബികളെയും തുർക്കികളെയും മ്ലേച്ഛശബ്ദം കൊണ്ട് വ്യവഹരിക്കുമ്പോൾ അന്യമായ സംസ്കാര ത്തോടുകൂടിയ വൈദേശികർ എന്നാണ് അർഥമാക്കുന്നത്. അവരെ ഒന്നുകിൽ രാഷ്ട്രീയ സുഹൃത്തുക്കൾ എന്ന നിലയ്ക്കോ അല്ലെങ്കിൽ രാഷ്ട്രീയ വൈരികൾ എന്ന നിലയ്ക്കോ പരിഗണിച്ചു പോന്നു. ഇന്ത്യാ ഉപഭൂഖണ്ഡത്തിലേയും അറബി, പേർഷ്യൻ, തുർക്കി എന്നീ രാജ്യങ്ങളിലേയും ജനങ്ങൾ തമ്മിൽ യുദ്ധത്തിലൂടെയും വ്യാപാരത്തിലൂടെയും വളർന്നുവന്ന ഗാഢസമ്പർക്കം പരിഗണിക്കു മ്പോൾ അക്കാലത്തെ പ്രമാണരേഖകളിൽ മതത്തെക്കുറിച്ച് വിദ്വേ ഷാത്മകമായ എന്തെങ്കിലും പരാമർശം കാണേണ്ടതായിരുന്നു.ഈ ഉപഭൂഖണ്ഡത്തിൽ തുർക്കികൾ അവരുടെ രാഷ്ട്രീയാധികാരം സ്ഥാപിച്ചതിൽ പിന്നെയാണ് മ്ലേച്ഛപദത്തിന് മതാത്മകമായ പ്രത്യേക അർഥത്തിന്റെ സ്വഭാവം കൈവന്നത്. മറ്റു മതങ്ങളുടെ അനുയായി കൾക്ക് മതത്തിന്റെ മാത്രമായുള്ള പ്രത്യേക വ്യക്തിത്വം നൽകുന്ന തിൽ നിന്നൊഴിവാക്കിയത് ഹിന്ദുമതത്തിന്റെ സവിശേഷമായ സാമൂ ഹ്യഘടന തന്നെയാണ്.

അവസാനമായി പരിഗണിക്കാനുള്ളത് മാറിക്കൊണ്ടിരിക്കുന്ന രാജവംശങ്ങളെ ആസ്പദിച്ച് ആരായാൻ പോലും മില്ലിന്റെ ഘട്ടവിഭ ജനം ന്യായീകരിക്കപ്പെടുമോ എന്ന കാര്യമാണ്. വെറും ഭൂമിശാസ്ത്ര പരമായ അടിസ്ഥാനം വച്ചുകൊണ്ട്, ഗംഗാതടത്തെ കേന്ദ്രീകരിച്ചു ഭരിച്ചുപോന്ന രാജവംശങ്ങളുടെ കാലക്രമാനുസാരിയായ ചരിത്ര മാണ് ഇന്ത്യയുടെ ആകെ ചരിത്രമെന്ന് പരിഗണിക്കുകയാണെങ്കിൽ ഒരുപക്ഷേ അത്തരമൊരു വിഭജനക്രമം സാർഥകമായി കണ്ടേക്കാം. ഈ ഭൂപ്രദേശങ്ങളിൽ പതിമൂന്നാം നൂറ്റാണ്ടിന്റെ ആദ്യഘട്ടം വരെ വാണിരുന്ന രാജവംശങ്ങൾ ഏറെക്കുറെ ഹിന്ദുമതവിശ്വാസം പുലർത്തിപ്പോന്നവരായിരുന്നു. അതേ തുടർന്ന് കുറെ മുസ്ലീം രാജ വംശങ്ങൾ അധികാരമേറ്റു. എന്നാൽ ഈ ഉപഭൂഖണ്ഡത്തെ സമഗ്ര മായി വീക്ഷിക്കുന്ന ഒരാൾക്ക് അത്തരമൊരു ഘട്ടവിഭജനം അസ്വീ കാര്യമാണെന്ന് കാണാം. മില്ലിന്റെ ഘട്ടവിഭജനത്തെ കേവലം ഉപരി പ്ലവമായ കാഴ്ചപ്പാടിലൂടെ അംഗീകരിച്ചാൽപോലും അവർക്ക് ചില അടിസ്ഥാനപ്രശ്നങ്ങൾ നേരിടേണ്ടിവരും. ഈ ഉപഭൂഖണ്ഡത്തിൽ മുസ്ലീം രാജവംശങ്ങൾ ഓരോ ഘട്ടത്തിലും അധികാരത്തിൽ വന്നത് ഓരോ കാലത്താണ്. അറബികൾ സിന്ധ് കീഴടക്കി അധികാരം സ്ഥാപിച്ചത് എട്ടാം നൂറ്റാണ്ടിലാണെന്നു കാണാം. തുർക്കികൾ പഞ്ചാ ബിന്റെ ഒരു ഭാഗം കീഴടക്കിയത് പതിനൊന്നാം നൂറ്റാണ്ടിലത്രേ. അവർ ഉത്തരേന്ത്യയിൽ ഒരു വലിയ പ്രദേശത്തിന്മേൽ, അധികാരമു റപ്പിച്ചത് പതിമൂന്നാം നൂറ്റാണ്ടിലാണ്. മുസ്ലീം രാജവംശങ്ങൾ ഡക്കാ നിൽ ആധിപത്യം ആദ്യമായി സ്ഥാപിച്ചത് പതിനാലാം നൂറ്റാണ്ടിലു

മത്രെ. അവിടെ നിന്ന് കുറേക്കൂടി തെക്കോട്ടുള്ള പ്രദേശങ്ങളിൽ പിന്നേയും വളരെക്കാലത്തേക്ക് മുസ്ലീംഭരണം നിലവിൽ വന്നിരുന്നില്ല. അങ്ങനെ നോക്കിയാൽ ഇന്ത്യയിൽ മുസ്ലീം ഭരണാധികാരം സ്ഥാപിതമായതിന് ഐകരൂപ്യമുള്ള ഒരു നിശ്ചിത കാലമില്ല. മിക്ക പാഠ്യപദ്ധതികളിലും സാധാരണ അംഗീകരിക്കപ്പെട്ടിട്ടുള്ള എ ഡി 1000 അല്ലെങ്കിൽ എ ഡി 1200 എന്ന കാലവിഭജനം യുക്തിയെ ആസ്പദമാക്കിയുള്ളതല്ല. ഉത്തരേന്ത്യയിലെ ചില പ്രദേശങ്ങളുടെ ചരിത്രത്തിനു മാത്രമേ ഇതു ബാധകമാവുകയുള്ളൂ.

സ്വന്തം സംസ്കാരത്തെയും ദേശീയതയെയും കുറിച്ചുള്ള ഒരു ജനതയുടെ സങ്കൽപ്പവുമായി അവിഭാജ്യമാംവിധം ബന്ധപ്പെട്ടതാണ് അതിന്റെ ചരിത്രപരമായ വ്യാഖ്യാനം. ചരിത്രരചന അക്കാരണം കൊണ്ടുതന്നെ ഏറ്റവും ക്ഷിപ്രവികാരസ്പർശിയായ ബുദ്ധി വ്യാപാര മണ്ഡലമത്രെ; അത് ജനസാമാന്യത്തിന്റെ ദേശീയ ബോധത്തിന്മേലും രാഷ്ട്രീയ വിശ്വാസത്തിന്മേലും വ്യാപകമായ പ്രത്യാഘാതങ്ങൾ ഉളവാക്കും. വർഗീയമായ സമീപനം എപ്പോഴും പ്രത്യക്ഷ രൂപത്തിൽ തന്നെ പ്രകടമായിക്കൊള്ളണമെന്നില്ല. അത് ഏതെങ്കിലും വിഭാഗത്തിന്റെയോ മതത്തിന്റെയോ മതവിഭാഗത്തിന്റെയോ നേരെയുള്ള ബോധപൂർവമായ എതിർപ്പിന്റെ രൂപത്തിൽ സ്വയം വെളിപ്പെടണമെന്നില്ല. അതിനെക്കാൾ ഹാനികരമായിട്ടുള്ളത്, വർഗീയമോ ഏകദേശ വർഗീയമോ ആയ ധാരണകളെ അടിസ്ഥാനമാക്കി സ്വീകരിച്ച ചരിത്രരചനാരീതിയാണ്. പൊതുവെ വിമർശനരഹിതമായ ചട്ടക്കൂട്ടിനുള്ളിൽ ഒതുക്കിനിർത്തിയിട്ടുള്ള അത്തരം ധാരണകളെ അവർ ചോദ്യം ചെയ്യുകയോ വെല്ലുവിളിക്കുകയോ ചെയ്യുന്നില്ല. ചരിത്രാധ്യാപനം സ്വന്തം തൊഴിലായി സ്വീകരിച്ചവരിൽ ഭൂരിപക്ഷംപേരും ചരിത്രവസ്തുതകളെന്ന നിലയ്ക്കു തന്നെ ഈ അടിസ്ഥാന ധാരണകളെ കൈക്കൊള്ളുന്നു. അവയുടെ സത്യാവസ്ഥ എന്താണെന്ന് കണ്ടെത്താനുള്ള വസ്തുനിഷ്ഠമായ വിശകലന മാനദണ്ഡങ്ങൾ പ്രയോജനപ്പെടുത്തി ഈ ധാരണകൾ ശരിയോ എന്നു പരിശോധിക്കാനുള്ള യാതൊരു ഉദ്യമവും അവർ നടത്തുന്നില്ല. ഇതിനുള്ള കാരണം ഭാഗികമായി ഇന്ത്യയിലെ മിക്ക സർവകലാശാലകളിലും ചരിത്രപഠന കാര്യത്തിൽ ചരിത്രശിക്ഷണ തത്വങ്ങൾക്ക് വലിയ ഊന്നൽ കൊടുക്കുന്നില്ല എന്നതത്രെ. ഇതിന് കാരണം ചരിത്രമെന്നത് മുൻകൂട്ടി തെരഞ്ഞെടുക്കപ്പെട്ട സംഭവങ്ങളുടെ തുടർച്ചയായ ആഖ്യാനം മാത്രമായിത്തന്നെ ഇപ്പോഴും നിലനിൽക്കുന്നുവെന്നതത്രെ; ആ പ്രത്യേക സംഭവം തെരഞ്ഞെടുത്തതിന് അടിസ്ഥാനമെന്തെന്നോ പ്രസക്തിയെന്തെന്നോ പരിശോധിക്കപ്പെടുന്നില്ല. അതുകൊണ്ട് ചരിത്ര വിദ്യാർഥികളെ ഒട്ടു കുറെ വസ്തുസ്ഥിതികൾ ഉൾക്കൊള്ളുന്നതിനു പരിശീലിപ്പിക്കുക മാത്രമെ ചെയ്യുന്നുള്ളൂ. അത് അവർ ഓർമയിൽ സൂക്ഷി

ക്കുന്നു; അടുത്ത ഭാവിയിൽ ചരിത്രാധ്യാപകരായിത്തീരുകയോ ചരിത്ര രചനയിൽ ഏർപ്പെടുകയോ ചെയ്യുമ്പോൾ അതേ കാര്യങ്ങൾ അവിരാമമായി ആവർത്തിച്ചുകൊണ്ടിരിക്കുകയും ചെയ്യുന്നു. ചരിത്രത്തിന്റെ ഒരു പ്രത്യേക മണ്ഡലത്തിൽ അടുത്തകാലത്തു നടന്ന ഗവേഷണങ്ങളുടെ ഫലങ്ങളൊന്നും ഇന്ന് പ്രാമാണിക ഗ്രന്ഥങ്ങളിലോ പാഠപുസ്തകങ്ങളിലോ ഉൾപ്പെടുത്താറില്ലെന്നതത്രേ തൃപ്തികരമല്ലാത്ത ഈ സ്ഥിതിവിശേഷത്തിന് മറ്റൊരു കാരണം. ഇതിന്റെയെല്ലാം ഫലമായി ഇന്നത്തെ ഏതാണ്ടെല്ലാ സ്കൂളുകളിലും കോളേജുകളിലും ചരിത്രവിദ്യാർഥികൾ പഠിക്കുന്ന വിഷയം, ഉള്ളടക്കത്തിലും സാങ്കേതിക മേന്മയിലും രണ്ടു തലമുറയ്ക്ക് മുമ്പുള്ളതോ, ഒരു തലമുറയ്ക്ക് മുമ്പുള്ളതോ ആയ നിലവാരമാണ് പുലർത്തിപ്പോരുന്നത്.

കുറച്ചുകൂടി വ്യക്തമായ ഒരുദാഹരണം എടുക്കുകയാണെങ്കിൽ പ്രാചീന ഇന്ത്യാചരിത്രത്തിലെ ഒരുപക്ഷേ ഏറ്റവും വിവാദ സങ്കീർണമായ ആര്യൻമാരുടെ പ്രശ്നമെടുക്കാം. ഉത്തരേന്ത്യയിൽ കുടിയേറിപ്പാർത്ത ഒരു ആര്യവർഗം ഉണ്ടായിരുന്നുവെന്നും അവർ സിന്ധു-ഗംഗാതടങ്ങളിൽ ജനപദങ്ങൾ സ്ഥാപിച്ച് ഒരു പ്രത്യേക സംസ്കാരം വളർത്തിയെടുത്തുവെന്നും വേദകാലസാഹിത്യത്തിൽ അത് നമുക്കു കണ്ടെത്താമെന്നും ചില പൗരസ്ത്യവാദികൾ (ഓറിയന്റലിസ്റ്റ്), പ്രധാനമായും ഭാഷാപരമായ തെളിവുകളെ ആസ്പദമാക്കി വാദിച്ച് സിദ്ധാന്തവൽക്കരിച്ചിരിക്കുന്ന കാര്യം നാം മുമ്പ് സൂചിപ്പിച്ചുവല്ലോ. കഴിഞ്ഞ മുപ്പതുവർഷത്തിനിടയിൽ പുരാതനത്വം സംബന്ധിച്ച ഒട്ടേറെ തെളിവുകൾ ഇന്ന് വെളിച്ചത്തു വന്നിട്ടുണ്ട്. ആര്യൻ സംസ്കാരത്തെക്കുറിച്ചുള്ള ധാരണകളെ ഒന്ന് പുനരാലോകനം ചെയ്യുന്നതിന് ആ തെളിവുകൾ നമ്മെ നിർബന്ധിതരാക്കിത്തീർത്തിരിക്കുന്നു. ഈ ആര്യൻ പ്രശ്നത്തിന്റെ മറ്റുചില വശങ്ങൾക്കൂടി ഇന്ന് വിമർശനാത്മകമായി പരിശോധിക്കപ്പെട്ടിരിക്കുന്നു. അതിന്റെയെല്ലാം ഫലമായി ഈ പ്രശ്നത്തിൽ സമഗ്രമായ ഒരു പുനരവലോകനം ആവശ്യമായി വന്നിരിക്കുന്നു. ഉദാഹരണമായി ഭിന്നവും വ്യതിരിക്തവുമായ ഒരു ആര്യവർഗം നിലവിലുണ്ടായിരുന്നുവെന്ന് തെളിയിക്കുക വളരെയധികം പ്രയാസമുള്ള കാര്യമാണ്. ആര്യവർഗത്തിന്റെ വിശുദ്ധിയിൽ നിർബന്ധം കാണിക്കുന്നതും അതിനെ തദ്ദേശീയ സംസ്കാരത്തിന്റെ മുതുകിലേറ്റി വയ്ക്കുന്നതും അത്രതന്നെ പ്രയാസമേറിയതത്രെ. ആര്യൻ എന്നത് ഒരു പ്രത്യേക ഭാഷ സംസാരിക്കുന്ന വിഭാഗമാണെന്നും നരവംശവിഷയകമായ വ്യതിരിക്ത സ്വഭാവം അതിനില്ലെന്നും ഉള്ള ഒരു നൂതന സങ്കൽപ്പത്തെ മാത്രമേ ഈ തെളിവുകൾ നീതീകരിക്കുന്നുള്ളൂ. ആര്യ സംസ്കാരമെന്നും അനാര്യ സംസ്കാരമെന്നും തികച്ചും ഭിന്നമായ രണ്ടെണ്ണം നിലവിലുണ്ടായിരുന്നുവെങ്കിൽ വേദകാലസംസ്കാരം പ്രതിഫലിപ്പിക്കുന്നത് ഈ രണ്ട് സംസ്കാരങ്ങളുടെ പര

സ്പര സങ്കലനത്തെയാണെന്നും പ്രസ്തുത തെളിവുകളുടെ വെളിച്ചത്തിൽ അഭ്യൂഹിക്കേണ്ടിയിരിക്കുന്നു.

അടുത്തകാലത്തുനടന്ന ഈ ഗവേഷണങ്ങളെക്കുറിച്ച് ഇന്നേവരെ എഴുതിപ്പോന്ന പ്രാമാണികഗ്രന്ഥങ്ങളിൽ അപൂർവമായി മാത്രമേ പരാമർശിച്ചു കാണുകയുള്ളൂ. നേരെമറിച്ചുള്ള ചിന്താഗതിയാണ് മിക്ക പുസ്തകങ്ങളിലും പ്രതിഫലിച്ചിരിക്കുന്നത്. ആര്യസംസ്കാരത്തെ പ്രകീർത്തിക്കണമെന്ന് ആഗ്രഹിക്കുന്നവർ ഇതിനെ ചൂഷണം ചെയ്യുന്നുമുണ്ട്. പുരാവസ്തു വിജ്ഞാനീയം നൽകുന്ന വ്യക്തമായ തെളിവുകൾ ഉണ്ടായിട്ടും അതിന് കടകവിരുദ്ധമായി, ഹാരപ്പൻ സംസ്കാരവും ആര്യസംസ്കാരമാണെന്ന് വാദിച്ചുകൊണ്ട് ആര്യസംസ്കാരത്തിന്റെ പ്രാമുഖ്യവും വ്യാപ്തിയും ഉള്ളതിലേറെ പെരുപ്പിച്ചു കാണിക്കുന്നതിനുള്ള ഉദ്യമങ്ങൾ നടന്നുവരുന്നു. ആര്യന്മാരുടെ ജന്മഭൂമി ഇന്ത്യയാണെന്നും ചില കേന്ദ്രങ്ങൾ വിശ്വസിക്കുന്നപോലെ ഇന്ത്യൻ സംസ്കാരത്തിന്റെ കേന്ദ്രബിന്ദു ആര്യസൃഷ്ടമാണെന്നും കാണിക്കാനുള്ള ഉദ്യമം–അതിന്റെ ചരിത്രപരമായ സാധുത എന്തുമാകട്ടെ–ഫലം കൊണ്ടുനോക്കിയാൽ, ദേശീയതയെക്കുറിച്ച് മിഥ്യാഭിമാനത്തിനുവേണ്ടി ചെയ്യുന്ന വിടുവൃത്തിയാണെന്നു കാണാം. വേദകാലചിന്തകൾക്ക് കലർപ്പറ്റ വിധം ഭാരതീയമായ ഉൽപ്പത്തിയല്ല ഉള്ളതെന്ന് വരുന്നത് അത്തരക്കാരെ സംബന്ധിച്ചിടത്തോളം ഹൃദയഭേദകമത്രെ. ഇന്ത്യാചരിത്രത്തിനു നൽകുന്ന ഹൈന്ദവ വ്യാഖ്യാനത്തിന് എന്തുമാത്രം പ്രചാരണം ലഭിക്കുന്നുണ്ടോ അതേ അനുപാതത്തിലാണ് ആര്യസംസ്കാരത്തിന്റെ ഈ ഊതിവീർപ്പിക്കലും നടക്കുന്നത്. വേദകാലസാഹിത്യം പ്രതിനിധീകരിക്കുന്ന സംസ്കാരം ഏറിയകൂറും തദ്ദേശീയമാണെന്ന് വാദിക്കുന്നത് തികച്ചും സംഭവിക്കാവുന്നതുതന്നെ. എന്നാൽ ഇത് സ്ഥാപിക്കുന്നതിനുള്ള യുക്തിസഹമായ മാർഗം വേദകാലത്തിനുമുമ്പുള്ള സംസ്കാരത്തെ പുരാവസ്തുക്കളുടെ അവശിഷ്ടങ്ങളെ മുൻനിർത്തി പഠിക്കുകയും വേദകാലസംസ്കാരം എത്രമാത്രം ഇതിൽ നിന്ന് രൂപാന്തരം പ്രാപിച്ചതാണെന്ന് കണ്ടെത്തുകയുമത്രെ. ഇന്ത്യയുടെ ചരിത്രത്തിൽ ആര്യസംസ്കാരം പ്രാമാണികമായ പങ്കു വഹിച്ചുവെന്ന് ഇത്രമാത്രം നിർബന്ധപൂർവം വാദിക്കുന്നതിന് ഇടവന്നത് സാഹിത്യപരമായ പ്രമാണരേഖകളെ വിശകലനം ചെയ്തു നോക്കാതെ കൈക്കൊള്ളുന്നതുകൊണ്ടും പുരാതനത്വസംബന്ധിയായ തെളിവുകളെ മിക്കവാറും പൂർണമായിത്തന്നെ ഒഴിച്ചുനിർത്തിയതുകൊണ്ടുമത്രെ. ആര്യൻമാരുടെ ജീവിതരീതിയെക്കുറിച്ചുള്ള വിവരണം പോലും ശരിയല്ല എന്ന വസ്തുത സ്ഥിതിഗതികളെ കൂടുതൽ വഷളാക്കിത്തീർക്കുന്നു. ഉദാഹരണമായി ആര്യൻമാർ ചില സന്ദർഭങ്ങളിൽ ഗോമാംസം ഭക്ഷിച്ചിരുന്നുവെന്നും ലഹരിപ

ദാർഥങ്ങൾ ഉപയോഗിച്ചിരുന്നുവെന്നും ഉള്ള വസ്തുത നിഷേധിക്കുന്നത് സാഹിത്യപരവും പുരാതനത്വപരവുമായ തെളിവുകളെത്തന്നെ നിഷേധിക്കുകയാണത്രെ.

ആര്യൻ പ്രശ്നത്തിൽ മാത്രമല്ല ഇത്തരം ഒരു പുനർവിചിന്തനം ആവശ്യമായി വന്നിട്ടുള്ളത്. ഗുപ്തന്മാരുടെ സുവർണ കാലഘട്ടം ഒട്ടനേകം വൈരുധ്യങ്ങൾ ഉൾക്കൊള്ളുന്നു. അത് ഒരു ഹിന്ദു നവോത്ഥാന കാലഘട്ടമായിട്ടാണ് വിവരിക്കപ്പെട്ടിട്ടുള്ളത്. മുഖ്യമായ കലാശിൽപ്പങ്ങൾ (പ്രതിമാ ശിൽപ്പങ്ങളും ഛായാചിത്രങ്ങളും) ബുദ്ധമതത്തിന്റെ സംഭാവനയാണ്. അവ ബുദ്ധമത സംഘാരാമങ്ങളുമായി ബന്ധപ്പെട്ടുമിരിക്കുന്നു. ശാസ്ത്രീയസംബന്ധിയായ സംഭാവനകൾ നോക്കിയാൽ അവ ഭാഗികമായി തദ്ദേശീയവും ഭാഗികമായി സാർവജനീനവുമാണെന്ന് കാണാം. ചരകൻ, ശുശ്രുതൻ, ആര്യഭട്ടൻ തുടങ്ങിയവരുൾക്കൊള്ളുന്ന ആദ്യകാല പാരമ്പര്യത്തിലും വരാഹമിഹിരൻ തുടങ്ങിയവരുടെ പിൽക്കാല പാരമ്പര്യത്തിലും ഇത് കാണാവുന്നതാണ്. ഹിന്ദു പാരമ്പര്യത്തിന്റെ ഉൽകൃഷ്ട സാരാംശമെന്ന നിലയ്ക്ക് അഹിംസയിൽ ഊന്നൽ കൊടുക്കാറുണ്ടെങ്കിലും സമുദ്രഗുപ്തന്റെ മഹത്വം അദ്ദേഹം പ്രദർശിപ്പിച്ച ശൗര്യത്തെ മുൻനിർത്തിയാണ്. ഹിന്ദു സവോത്ഥാനത്തിന്റെ മുഖ്യമായ തെളിവുകൾ കാളിദാസകൃതികളിലും ആദ്യകാലത്തെ പുരാണകൃതികളിലും ഗുപ്തരാജാക്കന്മാരുടെ നാണയങ്ങളിലും ശിലാരേഖകളിലും കാണാം. അവയെല്ലാം സൂചിപ്പിക്കുന്നത് ഗുപ്തരാജാക്കൻമാർ ഹിന്ദു മതവിഭാഗത്തിന്റെ രക്ഷാധികാരികളായിരുന്നുവെന്നത്രെ. അപ്പോൾ ഹിന്ദു നവോത്ഥാനം അതിന്റെ സ്വഭാവംവച്ചുനോക്കുമ്പോൾ സുവർണയുഗത്തിന്റെ ഒരു അനുപേക്ഷണീയ ഭാഗമായിരുന്നുവോ?

പ്രത്യക്ഷത്തിൽ നോക്കിയാൽ വർഗീയതയൊന്നുമില്ലെങ്കിലും ശരിയായ ചരിത്രപശ്ചാത്തലത്തിൽ വിശകലനം ചെയ്തു മനസിലാക്കുന്നതുകൊണ്ട് വർഗീയ വീക്ഷണത്തിൽ എളുപ്പത്തിൽ ലയിച്ചുചേരുന്ന ഒട്ടേറെ ധാരണകൾ ആദ്യകാലത്തെ ഇന്ത്യാ ചരിത്രത്തെ സംബന്ധിച്ചിടത്തോളം ഇന്നും പുലർത്തിപ്പോരുന്നുണ്ട്. ഇന്ത്യൻ സംസ്കാരത്തിന്റെ ആത്മീയ സ്വഭാവത്തെക്കുറിച്ചുള്ള പൂർണമായ വിശ്വാസം അത്തരം ധാരണകളിൽ ഒന്നാണ്. ഇന്ത്യക്കാരെല്ലാം ദാർശനികവും തത്ത്വമീമാംസാപരവുമായ അന്വേഷണത്തിൽ എപ്പോഴും വ്യാപൃതരായിരുന്നുവെന്നും ദൈനംദിന ജീവിതത്തിന്റെ പ്രാപഞ്ചിക കാര്യങ്ങളിൽ തൽപ്പരരായിരുന്നില്ല എന്നും ഇന്ന് അംഗീകൃതമായ ഒരു ആശയമായി കഴിഞ്ഞിരിക്കയാണ്. എന്നാൽ ഈ ആശയം താരതമ്യേന പിൽക്കാലത്ത് ഉയർന്നുവന്നതാണ്. പത്തൊമ്പതാം നൂറ്റാണ്ടിലെ ചരിത്രകാരൻമാരാണ് ഇതിന് വ്യാപകമായ പ്രചാരം നൽകിയത്. പ്രാചീന ഭാരതീയ ജീവിതത്തിൽ ഒരു

സാങ്കൽപ്പിക സ്വർഗം കണ്ടെത്താൻ കൊതിച്ചവരും വ്യാവസായിക വികസനം, സാങ്കേതിക പരിജ്ഞാനത്തിന്റെ വികാസം, വൈദേശീ കാധിപത്യത്തിൽ നിന്നുള്ള മോചനം തുടങ്ങിയ കേവലം പ്രാപഞ്ചി കവും എന്നാൽ അനുപേഷണീയവുമായ കാര്യങ്ങളിൽനിന്ന് ഇന്ത്യ ക്കാരുടെ മനസിനെ മാറ്റിനിർത്തുന്നതിന് ഇത് ഫലപ്രദമായ ഉപാധി യാക്കിത്തീർക്കാമെന്ന് കണ്ടെത്തിയവരുമാണ് ഈ ആശയം ആദ്യ മായി പ്രചരിപ്പിച്ചു തുടങ്ങിയത്. ഒരു വിദേശഭരണത്തിന് കീഴിലിരി ക്കുകയെന്ന അപമാനഭാരത്തിൽ നിന്നും രക്ഷനേടാൻ ഇതൊരു മേന്മയായി ഉപയോഗിക്കാമെന്ന നിലയ്ക്ക് ഭാരതീയ പണ്ഡിതന്മാർ ഈ സങ്കൽപ്പത്തെ ആവേശത്തോടെ സ്വായത്തമാക്കി. ഈ പ്രശ്നത്തെ ന്യായപൂർവം നേരിടുന്നതിന് ഇവരാരും തന്നെ തയാറാ യില്ല. ആത്മീയത എന്നതിന് ശരിക്ക് എന്താണർഥം? സംസ്കാര ത്തിന്റെ ആകെത്തുകയെടുത്തു നോക്കുമ്പോൾ ആത്മീയത എന്താണ് സൂചിപ്പിക്കുന്നത്? ഇന്ത്യൻ സംസ്കാരത്തിന്റെ ആത്മീയ തയെന്നതിന് പലരെ സംബന്ധിച്ചുമുള്ള അർഥം, അനന്തതയെ ധ്യാനിക്കുന്നതിന് ധാരാളം സമയം ലഭിച്ചിരുന്നുവെന്നതത്രെ. എന്നാൽ ആത്മീയമായ ഉള്ളടക്കത്തെ സംബന്ധിച്ച് ഭാരതത്തിന് മാത്രമായി ഒരു കുത്തകയും അവകാശപ്പെടാനില്ല. ഇന്ത്യയുടെ ആത്മീയതയുമായി ബന്ധപ്പെടുത്തിപ്പറയാറുള്ള സ്വാഭാവവിശേഷങ്ങ ളെല്ലാം മറ്റു പൗരാണിക സംസ്കാരങ്ങളിലും ദർശനീയമാണ്. പര മ്പരാഗത സംസ്കാരങ്ങളിൽ അവയുടെ സാന്നിധ്യം വേഗം തിരിച്ചറി യാനും കഴിയും. ഇതിൽ അദ്ഭുതകരമായ ഒരു വസ്തുത അയൽരാ ജ്യങ്ങളിലെയോ വിദൂര രാജ്യങ്ങളിലെയോ ജനങ്ങളെക്കാൾ ആത്മീ യത കൂടിയവരാണ് തങ്ങളെന്ന് പ്രാചീന ഭാരതീയർ കരുതിയിരു ന്നില്ല എന്നതത്രെ. അതുപോലെതന്നെ, അത്രതന്നെ ശ്രദ്ധേയമായ സംസ്കാരത്തിന്റെ ഉടമകളായിരുന്ന ഗ്രീക്കുകാരോ ചൈനക്കാരോ അറബികളോ പ്രത്യേകമായി എടുത്തുപറയത്തക്ക ആത്മീയതയുടെ എന്തെങ്കിലും ഭാവങ്ങൾ അവിടെ കണ്ടെത്തിയിരുന്നുമില്ല. കുറേ ക്കൂടി പ്രസക്തമായ മറ്റൊരു ചോദ്യമുണ്ട്. അനന്തതയെ കുറിച്ചുള്ള ധ്യാനം, മിസ്റ്റിക് അനുഭൂതിക്കുവേണ്ടിയുള്ള അന്വേഷണം, ദാർശനി കമായ വാദവിവാദങ്ങൾ തുടങ്ങിയ ആത്മീയാന്വേഷണങ്ങളെല്ലാം സൂചിപ്പിക്കുന്നത് ഏത് വിഭാഗത്തിന്റെ ആത്മീയതയെയാണ്? ചെറി യൊരു ന്യൂനപക്ഷത്തിന്റെ മാത്രം. ഉപനിഷത്ത് ഭാഷണങ്ങളിൽ ആര്യാവർത്തത്തിലെ വെറുമൊരു ന്യൂനപക്ഷത്തിന് മാത്രമെ ഭാഗ ഭാഗിത്വമുള്ളൂ. ഋഗ്വേദകീർത്തനങ്ങൾ പോലും ഒരു ചെറിയ ന്യൂനപ ക്ഷത്തിന്റെ മാത്രം സൃഷ്ടിയത്രെ. ഈ സാഹിത്യങ്ങൾ മാത്രമെ അവശേഷിച്ചിട്ടുള്ളു എന്ന വസ്തുതയിൽ നിന്ന് സമൂഹത്തിൽ പുരോഹിതൻമാരും ഋഷികളും മാത്രമെ ഉണ്ടായിരുന്നുള്ളുവെന്ന

നിഗമനത്തിലേക്ക് എത്തിച്ചേർന്നുകൂടാ. നിത്യജീവിതത്തിൽ തികച്ചും പ്രാപഞ്ചികങ്ങളായ വസ്തുക്കളിൽ തൽപ്പരരായ ഒരു ജനതയെയാണ് വേദസാഹിത്യം പോലും സൂചിപ്പിക്കുന്നത്. എ ഡി ആദ്യ നൂറ്റാണ്ടുകളിൽ നാം കാണുന്നത് ഒട്ടേറെ ദാർശനിക ചിന്താപദ്ധതികളിൽ മുഴുകിയ പല വിഭാഗങ്ങൾക്കിടയിലെ നാനാതരം പ്രവർത്തനങ്ങളാണ്. അക്കാലത്ത് നൂതനങ്ങളായ ഒട്ടനവധി മതവിഭാഗങ്ങൾ ആവിർഭവിക്കുകയുണ്ടായി. എന്നിരുന്നിട്ടും ഈ കാലഘട്ടത്തിലെ സൃഷ്ടിപരമായ സാഹിത്യരചനകളിൽ–ഉദാഹരണത്തിന് കാളിദാസനാടകങ്ങൾ–അത്തരം ആത്മീയപ്രവർത്തനങ്ങൾ രാജസദസുകളിൽ നിലനിന്നു പോന്നതിന്റെ എന്തെങ്കിലും സൂചനകൾ നൽകുന്നില്ല. ഇന്ത്യയുടെ ആത്മീയതയെക്കുറിച്ചുള്ള ഏറ്റവും അധികൃതമായ അഭിപ്രായ പ്രകടനം ഹിന്ദു പാരമ്പര്യത്തിൽനിന്നുതന്നെ നമുക്ക് കണ്ടെത്താവുന്നതാണ്. മനുഷ്യജീവിതത്തിന്റെ നാലു ലക്ഷ്യങ്ങളായി. ഹിന്ദു പാരമ്പര്യം വിധിച്ചിട്ടുള്ളത് ധർമം, അർഥം, കാമം, മോക്ഷം എന്നിവയത്രെ. ഈ പുരുഷാർഥങ്ങളിൽ നാലാമത്തേതു മാത്രമെ ശുദ്ധമായ ആത്മീതയെ സൂചിപ്പിക്കുന്നുള്ളു. ഭൗതികമായ നേട്ടങ്ങൾക്കും ആനന്ദങ്ങൾക്കും അർഹിക്കുന്ന പ്രാധാന്യം നൽകിയിട്ടുണ്ട്. ഇതു നാലിന്റെയും ശരിയായ സമതുലിതാവസ്ഥയ്ക്ക് ഊന്നൽ കൊടുത്തിട്ടുമുണ്ട്.

ഭാരതീയ സംസ്കാരത്തിന്റെ മറ്റൊരു ആത്മീയ സ്വഭാവമായി പരിഗണിക്കുന്നത് അക്രമരാഹിത്യമാണ്. അക്രമ രാഹിത്യത്തെക്കുറിച്ചുള്ള ഗാന്ധിജിയുടെ ആശയങ്ങൾ ദേശീയ പ്രസ്ഥാനവുമായി ബന്ധിച്ചതോടെ ഇതിന് കൂടുതൽ പ്രാധാന്യം ലഭിച്ചു. അക്രമരാഹിത്യത്തെക്കുറിച്ചുള്ള ദാർശനികമായ ധാരണയ്ക്ക് ഭാരതീയ ചിന്താലോകത്തിൽ ദീർഘകാലത്തെ ചരിത്രമുണ്ട്. ബുദ്ധ–ജൈന ദർശനങ്ങളിലാണ് അത് ആദ്യമായി പ്രാമുഖ്യം നേടിയത്. ഒരു ദാർശനിക സങ്കൽപ്പമെന്ന നിലയിൽ അക്രമരാഹിത്യം ഇന്ത്യയുടെ മാത്രം പ്രത്യേകതയല്ല. ആദ്യകാല ക്രൈസ്തവ ചിന്തകളിലും ഇതേ ആശയം ഉൾക്കൊണ്ടിരുന്നു. എന്നാൽ ഇതിന് ക്രൈസ്തവ ചിന്തകളിൽ ഉള്ളതിലേറെ പ്രാമുഖ്യവും പ്രാധാന്യവും ബൗദ്ധ ചിന്തകളിൽ ലഭിച്ചുവെന്നത് നേരുതന്നെ. പക്ഷേ ബൗദ്ധദർശനം ഇന്ത്യയിൽ വേരൂന്നിയില്ല. ഒരു ദാർശനിക സങ്കൽപ്പമെന്ന നിലയിലുള്ള അക്രമരാഹിത്യവും ഒരു ജീവിതരീതി എന്ന നിലയിലുള്ള അക്രമരാഹിത്യവും വേർതിരിച്ചുതന്നെ മനസിലാക്കേണ്ടിയിരിക്കുന്നു. ഭാരതീയർ നിത്യജീവിതത്തിൽ അക്രമത്തെ പരിത്യജിച്ചിരുന്നുവെന്ന് സ്ഥാപിക്കുന്നതിന് തെളിവുകളൊന്നുമില്ല. കൈയേറ്റങ്ങൾ പലപ്പോഴും അക്രമസ്വഭാവം കൈക്കൊണ്ടുപോന്നു. ഇന്ത്യയുടെ പാരമ്പര്യത്തിലെ ചില സുപ്രധാന സംഭവങ്ങൾ അക്രമവുമായി ബന്ധപ്പെട്ടവയത്രെ.

ഉദാഹരണത്തിന് ഭഗവദ്ഗീതയും മഹാഭാരത യുദ്ധവും നോക്കുക.

ഈ പാരമ്പര്യത്തിൽ നിന്നുള്ള ശ്രദ്ധേയമായ ഒരേയൊരു വ്യതിയാനം അശോകചക്രവർത്തിയാണ്. (ഇന്ത്യയുടെ സാംസ്കാരിക സാഹചര്യത്തിൽ സാധാരണ കണ്ടെത്താറുള്ളതിൽ നിന്നും ഭിന്നമാണ് അദ്ദേഹത്തിന്റെ വ്യക്തിസ്വഭാവം.) നിഷ്കൃപണമായ ഒരു സൈനിക യുദ്ധത്തിനുശേഷം അദ്ദേഹം ക്രമേണ അക്രമരാഹിത്യത്തിലേക്ക് തിരിഞ്ഞു. അത്രയുമല്ല, അക്രമരാഹിത്യത്തിൽ അധിഷ്ഠിതമായ ഒരു രാഷ്ട്രീയനയവും അദ്ദേഹം നടപ്പാക്കി. എന്നാൽ അധികാരത്തിൽ ഇരുന്നുകൊണ്ട് അങ്ങനെ പ്രവർത്തിച്ച ഒരേയൊരു ചക്രവർത്തിയാണദ്ദേഹം. അദ്ദേഹത്തിന്റെ കാര്യത്തിൽപോലും അസാധാരണമായ വൈരുധ്യങ്ങൾ കാണാം. ഒരു ഭാഗത്ത് അക്രമരാഹിത്യനയത്തിന്റെ പേരിൽ അദ്ദേഹത്തെ കൊണ്ടാടവെ തന്നെ മൗര്യസാമ്രാജ്യത്തിന്റെ അധഃപതനത്തിന് കാരണക്കാരനെന്ന നിലയ്ക്ക് അദ്ദേഹത്തെ ആക്ഷേപിക്കുകയും ചെയ്യും. അദ്ദേഹത്തിന്റെ അക്രമരാഹിത്യനയം വടക്കു പടിഞ്ഞാറൻ ഭാഗത്തു നിന്നുണ്ടായ ആക്രമണത്തെ തടഞ്ഞു നിർത്താൻ കഴിയാത്തവിധം രാജ്യം സൈനികമായി പ്രക്ഷീണമായിത്തീർന്നുവെന്നാണ് ആ വാദഗതിക്കിടയിലുള്ള സമീപനം. ആദ്യകാലത്തെ ഇന്ത്യാചരിത്രത്തിലെ വീരനായകൻമാരായ അജാതശത്രു, ചന്ദ്രഗുപ്തമൗര്യൻ, കനിഷ്കൻ, സമുദ്രഗുപ്തൻ, ഹർഷൻ, പുലികേശി രണ്ടാമൻ, മഹേന്ദ്രവർമ പല്ലവൻ, രാജേന്ദ്രചോളൻ തുടങ്ങിയവർ രാജ്യം വെട്ടിപ്പിടിച്ച ജേതാക്കൾ എന്ന നിലയ്ക്കാണ് മുഖ്യമായും കൊണ്ടാടപ്പെടുന്നത്. വർഷാവർഷങ്ങളായി ആയിരക്കണക്കിന് ചരിത്രവിദ്യാർഥികൾ സമുദ്രഗുപ്തനെ ഇന്ത്യൻ നെപ്പോളിയൻ എന്ന് (വിൻസന്റ് സ്മിത്തിനുശേഷം) വിശേഷിപ്പിക്കുന്നു. രാജാക്കൻമാരെയും ഗണനായകൻമാരെയും ഓരോന്നായി വേരോടെ പറിച്ചു നീക്കിക്കൊണ്ടുള്ള ആ ജൈത്രയാത്രയെ വാനോളം കൊണ്ടാടുന്നു. ഇതിലൊക്കെ അക്രമരാഹിത്യം കടന്നുവരുന്നത് എങ്ങനെയെന്ന് അദ്ഭുതപ്പെടുകയേ നിർവാഹമുള്ളു.

കാര്യങ്ങൾ വിലയിരുത്തുന്നതിൽ കാണുന്ന ഈ സ്ഥിരതയില്ലായ്മ മറ്റു പ്രശ്നത്തിലും പ്രകടമാണ്. പ്രാമാണികമായ മിക്ക ചരിത്രഗ്രന്ഥങ്ങളിലും മുഹമ്മദ് ഗസ്നിയെ മുഖ്യമായും ക്ഷേത്ര ധ്വംസനവും വിഗ്രഹഭഞ്ജനവുമായി ബന്ധപ്പെടുത്തി വിവരിച്ചതായി കാണാം. പ്രസ്തുത കൃത്യങ്ങൾക്ക് പ്രേരകമായിത്തീർന്നതെന്താണെന്ന കാര്യത്തിലും വിശദീകരണമുണ്ട്: ഇസ്ലാം ബിംബാരാധനയ്ക്ക് എതിരായതുകൊണ്ട് മുസ്ലീങ്ങൾ മാത്രമെ ക്ഷേത്രധ്വംസനത്തിനും വിഗ്രഹഭഞ്ജനത്തിനും മുതിരുകയുള്ളു. ഈ നിഗമനത്തിൽ നിന്നു ലഭിക്കുന്ന മറ്റൊരു ധാരണകൂടിയുണ്ട്. എല്ലാ മുസ്ലീങ്ങളും ക്ഷേത്ര ധ്വംസകരും വിഗ്രഹഭഞ്ജകരും ആയിത്തീരാൻ

സാധ്യതയുള്ളവരാണ്. എന്നാൽ 11–ാം നൂറ്റാണ്ടിൽ കാശ്മീർ ഭരിച്ച ഹർഷന്റെ ഉദാഹരണം നമ്മുടെ മുമ്പിലുണ്ട്. അദ്ദേഹത്തെ സംബന്ധിച്ചിടത്തോളം ക്ഷേത്രധ്വംസനം ഒരു സംഘടിത കൃത്യമായിരുന്നു. അതിന് ഭരണപരമായ ഏർപ്പാടുകളും ഉണ്ടായിരുന്നു. 'ദേവോൽപ്പതനനായകൻ' എന്ന് ഒരു ഉദ്യോഗസ്ഥനെ തന്നെ (ആ പദത്തിന്റെ അർഥം തന്നെ ദേവൻമാരെ തകർക്കുന്ന ഉദ്യോഗസ്ഥൻ എന്നാണ്) ഹർഷൻ ഇതിനായി നിയമിച്ചിരുന്നുവെന്ന് കൽഹണൻ തന്റെ *രാജതരംഗിണി* എന്ന കൃതിയിൽ വ്യക്തമാക്കുന്നു. ആ ഉദ്യോഗസ്ഥന്റെ മുഖ്യജോലി ക്ഷേത്രങ്ങൾ കൊള്ളയടിക്കലായിരുന്നു. ഈ കൃത്യത്തിന് നൽകാവുന്ന വിശദീകരണം: ഹർഷൻ മതഭ്രാന്തനാണ് എന്നല്ല, സമ്പത്ത് കൊള്ളചെയ്യാനായിരുന്നു അദ്ദേഹം ക്ഷേത്രങ്ങൾ കൊള്ളയടിച്ചത് എന്നും ആ സമ്പത്ത് അദ്ദേഹം മറ്റും തരത്തിൽ ഉപയോഗപ്പെടുത്തി എന്നുമത്രെ.

വർഗീയ സമീപനത്തെ വെറുതെ ആക്ഷേപിക്കാനുള്ള താൽപ്പര്യം കൊണ്ടല്ല ഇത്രയും കാര്യങ്ങൾ ഇവിടെ പ്രസ്താവിച്ചത്. ഇത് ഇവിടെ എടുത്തുപറയാൻ പ്രധാനമായി രണ്ടു കാരണമുണ്ട്. ഒന്നാമതായി, ചരിത്രത്തിന്റെ വർഗീയവ്യാഖ്യാനം ഒരു താണതരം ചരിത്രരചനയാണ്. നേരിട്ടുള്ള വർഗീയ വ്യാഖ്യാനം ഇല്ലെന്നിരുന്നാൽപോലും മാനസികമായ നിശ്ചലാവസ്ഥമൂലം അംഗീകൃതസിദ്ധാന്തത്തെ ശരിവെക്കുന്നുവെങ്കിൽ ഫലം താണതരം ചരിത്രം തന്നെയായിരിക്കും. ചരിത്രപഠനമെന്നത് പുതിയ സാങ്കേതിക മാർഗങ്ങളും വിശദീകരണരീതികളും ഉപയോഗിച്ചു കൊണ്ടുള്ള വികസിച്ചുവരുന്ന ഒരു ശിക്ഷണ രീതിയാണ്. ചരിത്ര പഠനരീതിയിലും സാങ്കേതിക വശത്തിലും വന്നിട്ടുള്ള മാറ്റങ്ങൾ ചരിത്രാന്വേഷണ സമ്പ്രദായത്തിന്റെ ശ്രദ്ധാപൂർവമായ പഠനം കൊണ്ട് ആർക്കും എളുപ്പം ബോധ്യമാവും. നിലവിലുള്ള ധാരണകളെ സദാ ചോദ്യം ചെയ്തുകൊണ്ടിരിക്കേണ്ടതും വേണ്ടത്ര തെളിവിന്റെ പിൻബലമില്ലെന്ന് ബോധ്യമായാൽ അവ നിരാകരിക്കേണ്ടതുമാണ്. രണ്ടാമത്തെ ഘടകം, സമകാലിക സ്ഥിതിഗതികളുമായി ബന്ധപ്പെട്ടതത്രെ. അവാസ്തവ ചരിത്രകഥകളെ മുൻനിറുത്തി രാഷ്ട്രീയമായ ഉപകരണമാകത്തക്കവിധത്തിൽ ചരിത്രപഠനത്തെ തരം താഴ്ത്താൻ ചരിത്രകാരൻമാർ അനുവദിക്കാൻ പാടില്ല. ബോധപൂർവമായോ അബോധപൂർവമായോ ചരിത്രകാരൻമാർ രാഷ്ട്രീയ വിശ്വാസങ്ങളുടെ ബുദ്ധിപരമായ ജനയിതാക്കൾ ആയിത്തീരാറുണ്ട്. അതുകൊണ്ട് രാഷ്ട്രീയാദർശങ്ങളെ സംബന്ധിച്ചിടത്തോളം ചരിത്രത്തിന്റെ വിശകലനം വിശേഷിച്ചും പരമപ്രധാനമായിത്തീരുന്നു.

പ്രാചീന ഇന്ത്യയുടെ ചരിത്രം ഇന്ന് ആധുനികമായ അന്വേഷണത്തിനും സാങ്കേതികമായ പഠന രീതിക്കും വിധേയമാക്കികൊണ്ടി

രിക്കയാണ്. പുതിയ പുതിയ അടിസ്ഥാന രേഖകൾ കണ്ടെത്തി അതിൽ കൂട്ടിച്ചേർത്തുകൊണ്ടിരിക്കുന്നു. ഈ മാറ്റം പ്രാചീന ഇന്ത്യാ ചരിത്രത്തിനുമാത്രം ബാധകമായ ഒന്നല്ല; മറ്റെല്ലാ ക്ലാസിക് സംസ്കാരത്തിനും ഇത് ബാധകമാണ്. സാമൂഹ്യശാസ്ത്രഗവേഷണത്തിൽ പൊതുവെയും നരവംശ ശാസ്ത്രത്തിലും പുരാവസ്തു ഗവേഷണത്തിലും പ്രത്യേകമായും ഉണ്ടായ വികാസമാണ് ഏറിയ കൂറും ഇതിനുകാരണം. മാത്രവുമല്ല, എല്ലാ തരത്തിലുമുള്ള സമൂഹങ്ങളുടെ ക്രമീകൃതമായ പഠനവും, പ്രാചീന സമുദായങ്ങളുടെ ചരിത്ര പഠനത്തിൽ പുതിയ കാഴ്ചപ്പാടുകൾ തുറന്നു തന്നിരിക്കുന്നു.

ഈ സംഭവവികാസങ്ങളുടെ ഫലമായി സാഹിത്യ സംബന്ധിയായ അടിസ്ഥാന രേഖകൾ വിശകലനം ചെയ്തു പഠിക്കുന്നതിൽ എടുത്തു പറയത്തക്ക പുരോഗതി കൈവരിക്കാൻ കഴിഞ്ഞിരിക്കുന്നു. ഈ പഠനങ്ങൾ വിദൂരഭൂതകാലത്തിന്റെ ചരിത്രത്തിൽ ഗണനീയമാംവിധം പുതിയവെളിച്ചം പകർന്നിട്ടുമുണ്ട്. അത്തരമൊരു വിശകലനവും പഠനവും ഒട്ടേറെ പ്രശ്നങ്ങൾ ഉയർത്തിക്കൊണ്ട് വന്നിരിക്കുന്നു. അടിസ്ഥാന രേഖയായി സ്വീകരിക്കുന്ന ഗ്രന്ഥം ഒരു സൈദ്ധാന്തിക പഠനമാണോ, അതോ, നിലവിലുള്ള സ്ഥിതിഗതികളുടെ വിവരണമാണോ, എന്നതാണ് ഒന്നാമത്തെ കാര്യം. ധർമശാസ്ത്രഗ്രന്ഥങ്ങളെ അടിസ്ഥാന രേഖയായി ഉപയോഗപ്പെടുത്തുമ്പോൾ പ്രത്യേകിച്ചും ഇക്കാര്യം ഏറ്റവും പ്രസക്തമത്രേ. ഇവ മുഖ്യമായും പെരുമാറ്റ നിയമങ്ങളെ സംബന്ധിച്ചുള്ള നിയമ രേഖകളാണെന്നും അതിൽ കാണുന്ന ഓരോന്നും യഥാർഥത്തിലുള്ള ജീവിതത്തിന്റെ വിവരണങ്ങളല്ലെന്നും എപ്പോഴും മനസിൽ കരുതിക്കൊണ്ട് അവ പരിശോധിച്ചിരുന്നുവെങ്കിൽ പ്രാചീന ഭാരതത്തിലെ സമൂഹത്തെക്കുറിച്ചുള്ള പഠനം കുറെക്കൂടി വസ്തുനിഷ്ഠമായിത്തീർന്നേനെ. ധർമശാസ്ത്രങ്ങളിലെ വർണവ്യവസ്ഥയുടെ അടിസ്ഥാനത്തിൽ ജാതിവ്യവസ്ഥയെ വിവരിക്കുന്നത് ഇന്ന് ചോദ്യം ചെയ്യപ്പെട്ടിരിക്കുന്നു; പ്രത്യേകിച്ചും ഇന്ത്യൻ സമൂഹത്തെക്കുറിച്ചുള്ള സാമൂഹ്യശാസ്ത്രപരമായ വിശകലനത്തിന്റെ അടിസ്ഥാനത്തിൽ ഈ ചോദ്യം പ്രസക്തമായിത്തീർന്നിരിക്കുന്നു.

അടിസ്ഥാന രേഖകളും അതിന്റെ സാമൂഹ്യപശ്ചാത്തലവും തമ്മിൽ ബന്ധപ്പെടുത്തുമ്പോൾ ഉത്ഭവിക്കുന്നതാണ് രണ്ടാമത്തെ പ്രശ്നം. പ്രത്യേകമായ ഒരു അടിസ്ഥാനരേഖ പരിശോധിക്കുമ്പോൾ അത് സമൂഹത്തെ മുഴുവൻ ബാധിക്കുന്നതാണോ അതല്ല ഒരു പ്രത്യേക വിഭാഗത്തെ മാത്രം ബാധിക്കുന്നതാണോ എന്ന് പരിശോധിക്കേണ്ടതുണ്ട്. പ്രാചീനകാലം മുതൽ നിലനിന്നുപോന്ന സാഹിത്യസംബന്ധിയായ അടിസ്ഥാന രേഖകളിൽ മിക്കവാറും എല്ലാം ഒരു വരേണ്യവർഗത്തെ – രാജാക്കൻമാർ, പുരോഹിത

മുഖ്യൻമാർ, സന്യാസിമാർ, സമ്പന്നരായ വണിക്കുകൾ തുടങ്ങിയവരെ – മാത്രം സ്പർശിക്കുന്നതായിട്ടാണ് തോന്നുന്നത്. അതിന്റെ അനന്തരഫലമായി സമൂഹത്തിലെ ഉപരിവിഭാഗങ്ങളെക്കുറിച്ച് കൂടുതൽ വിവരങ്ങൾ കിട്ടുന്നു. അതിനും പുറമെ, പാരമ്പര്യാധിഷ്ഠിതമായ മിക്കവാറും സമൂഹങ്ങളിൽ സാധാരണഗതിയിൽ വരേണ്യ വർഗത്തിനു മാത്രമെ വിദ്യാഭ്യാസത്തിന് സൗകര്യം ലഭിക്കാറുള്ളു. അതുകൊണ്ട് അവർക്ക് മാത്രമേ സ്വന്തം പ്രവർത്തനങ്ങളെ സാഹിത്യരൂപത്തിൽ രേഖപ്പെടുത്തിവയ്ക്കാൻ സൗകര്യമുണ്ടാവാറുള്ളു. ഉദാഹരണമായി രാജകീയ കുടുംബങ്ങളെയും രാജസദസുകളെയും മനസിലാക്കുന്നതിന് കാളിദാസ നാടകങ്ങൾ ഒന്നാന്തരം ചരിത്രവസ്തുക്കളാണ്. എന്നാൽ കാളിദാസ നാടകങ്ങളിൽ പ്രതിഫലിക്കുന്ന രീതിയിലാണ് ഭാരതീയ ജനത മുഴുവൻ ജീവിച്ചുപോന്നതെന്ന് തീരുമാനിക്കുന്നത് അബദ്ധപൂർണമായിരിക്കും. ഇത്തരം സന്ദർഭങ്ങളിൽ ചരിത്രത്തിന്റെ പൂർണരൂപം ലഭിക്കുന്നതിന് മറ്റ് അടിസ്ഥാനപ്രമാണങ്ങളെ ആശ്രയിക്കേണ്ടിയിരിക്കുന്നു.

ആദ്യകാല ബുദ്ധമതസാഹിത്യം അതേകാലത്തെ ബ്രാഹ്മണ സാഹിത്യത്തിന്റെ മറുഭാഗത്തെ അഭിനന്ദനീയമാംവിധം വ്യക്തമാക്കിത്തരുന്നു. അത് സമൂഹത്തിലെ മറ്റൊരു വിഭാഗത്തിന്റെ പ്രവർത്തന സാഹചര്യങ്ങളെയാണല്ലോ പ്രതിഫലിപ്പിക്കുന്നത്. ഇത്തരം പ്രാമാണിക രേഖകൾ സമൂഹത്തിലെ ഒരു പ്രത്യേക വിഭാഗത്തിന്റെ സംസ്കാരത്തെ മാത്രം പ്രതിഫലിപ്പിക്കുന്നതുകൊണ്ട് അവ ഏകപക്ഷീയമായി തീരുന്നതിനുള്ള സാധ്യത കൂടും. മറ്റുതരത്തിലുള്ള അടിസ്ഥാനപ്രമാണങ്ങൾ കൂടി അന്വേഷിക്കേണ്ടതിന്റെ ആവശ്യകത തെളിയിക്കുന്ന ഏറ്റവും നല്ല ഉദാഹരണമാണ് അശോകൻ. ബ്രാഹ്മണവർഗത്തിൽ നിന്നു ലഭിച്ച അടിസ്ഥാന പ്രമാണങ്ങൾ മാത്രമേ പരിഗണിച്ചിരുന്നുള്ളുവെങ്കിൽ അശോകന്റെ ചരിത്രം ശ്രദ്ധിക്കപ്പെടാതെ പോകുമായിരുന്നു. മൗര്യ രാജാക്കൻമാരുടെ കൂട്ടത്തിലൊരാൾ എന്ന നിലയ്ക്ക് മാത്രമെ അദ്ദേഹത്തിന്റെ പേര് പുരാണങ്ങളിൽ പരാമർശിച്ചിട്ടുള്ളു. അദ്ദേഹത്തിന്റെ ഭരണത്തെക്കുറിച്ച് ഇന്നു നമുക്ക് ലഭിച്ചിട്ടുള്ള അറിവുകളൊന്നും ബ്രാഹ്മണ സാഹിത്യത്തിൽനിന്ന് കിട്ടിയവയല്ല. അദ്ദേഹത്തിന്റെ തന്നെ ശിലാശാസനങ്ങളിൽനിന്നും ബുദ്ധമത ഗ്രന്ഥങ്ങളിൽ നിന്നുമാണ് അവ ലഭിച്ചത്.

ബ്രാഹ്മണസാഹിത്യങ്ങളിൽ ചാർവാക–ലോകായത ദർശനങ്ങളെക്കുറിച്ചുള്ള ചർച്ചകൾ തികച്ചും തിരോഭവിച്ചിരിക്കുന്നുവെന്ന കാര്യവും അതുപോലെ തന്നെ ശ്രദ്ധേയമാണ്. ഭൗതികവാദത്തിന്റേതായ തത്ത്വദർശനങ്ങൾ നിലവിലുണ്ടായിരുന്നുവെന്നതിന്

നമുക്കുള്ള തെളിവ് ബുദ്ധ-ജൈന-അജ്ജീവക സാഹിത്യങ്ങളിൽ നിന്നും അങ്ങുമിങ്ങും ദുർലഭമായി കണ്ടെത്തിയ ശിലാരേഖകളിൽ നിന്നും ശേഖരിച്ചതത്രേ.

പ്രാചീന ഭാരതത്തെക്കുറിച്ച് ചരിത്രകാരൻമാർക്ക് ലഭിക്കുന്ന പുതിയ തെളിവുകളുടെ അടിസ്ഥാനപ്രമാണങ്ങളിൽ ഏറ്റവും പ്രധാനം പുരാവസ്തു ശേഖരത്തിൽനിന്ന് ലഭിക്കുന്നവയത്രേ. പുരാവസ്തു ഖനനത്തിന്റെ സാങ്കേതികവശം ഇന്ന് വളരെയധികം പുരോഗമിച്ചിരിക്കുന്നു. പുരാവസ്തു ഗവേഷണത്തിൽനിന്ന് ലഭിക്കുന്ന സ്ഥിതിവിവരങ്ങളുടെ പഠനത്തിൽ നിന്ന് ചരിത്ര പുനഃസൃഷ്ടിക്കുള്ള ഒട്ടധികം വസ്തുതകൾ ശേഖരിക്കാൻ കഴിയും. പ്രാചീന ഭാരതചരിത്രത്തിന്റെ രചയിതാക്കൾ പുരാവസ്തു പഠനത്തിൽനിന്ന് കിട്ടുന്ന സ്ഥിതിവിവരങ്ങളെ അവയിൽനിന്ന് കിട്ടുന്ന തെളിവുകൾ സുപ്രധാനങ്ങളാണെന്നിരുന്നിട്ടും ഉപയോഗപ്പെടുത്താതിരിക്കുന്നത് നിർഭാഗ്യകരമാണ്. സാഹിത്യപരമായ തെളിവുകൾ അധികവും ഉപരിവർഗത്തിന്റെ ജീവിതവുമായി ബന്ധപ്പെട്ടതാണെന്നിരിക്കെ പുരാവസ്തു ഖനനത്തിൽ നിന്ന് ഉപരിവർഗത്തിന്റെ ജീവിതത്തെക്കുറിച്ചെന്നപോലെ സാമാന്യ ജനതയുടെ ജീവിതത്തെക്കുറിച്ചും ഒരേവിധത്തിൽ തെളിവുകൾ കിട്ടുന്നു. നഗരങ്ങളുടെയും ജനവാസമുള്ള സ്ഥലങ്ങളുടെയും ഉൽഖനനത്തിൽ നിന്ന് സമൂഹത്തിലെ എല്ലാ തലത്തിലുംപെട്ട ജനതയുടെ ജീവിതരീതിയെക്കുറിച്ചുള്ള അറിവുകൾ സമ്പാദിക്കാൻ കഴിഞ്ഞിട്ടുണ്ട്. സാഹിത്യപരമായ തെളിവുകൾ ഏറിയകൂറും രാജാക്കൻമാരുടെ പേരുകളും അവരുടെ ചെയ്തികളും മനസിലാക്കുന്നതിനാണ് പ്രയോജനപ്പെട്ടിട്ടുള്ളത്. എന്നാൽ പുരാവസ്തു ഖനനത്തിനാവട്ടെ രാജനാമങ്ങളിൽ താൽപ്പര്യമില്ല. ഹാരപ്പയിലെ നഗരങ്ങളിൽ നിവസിച്ച പലതരത്തിൽപ്പെട്ട പൗരൻമാരെക്കുറിച്ചു നമുക്കിന്ന് വിശദമായ അറിവുണ്ട്: അവരുടെയെല്ലാം നിത്യജീവിതത്തെപ്പോലും പുനഃസൃഷ്ടിക്കുന്നതിന് നമുക്കിന്നു കഴിയും. രാജവംശങ്ങളുടെ നാമവിവരപ്പട്ടിക ഉണ്ടാക്കുന്നതിന് പരിശ്രമിക്കുന്നത് കുറച്ചുപേർക്ക് താൽപ്പര്യമുള്ള കാര്യമാണെങ്കിലും പൂർവകാലത്തെക്കുറിച്ചുള്ള കാര്യമായ പഠനത്തിൽ അതിന് അപ്രധാനമായ സ്ഥാനമേയുള്ളൂവെന്ന് അങ്ങനെ പുരാവസ്തുക്കൾ തെളിയിക്കുന്നു. ഈ വിധത്തിൽ നോക്കുമ്പോൾ പ്രാചീന ചരിത്രത്തിനുതന്നെ പുരാവസ്തുപരമായ തെളിവുകൾ ഒരു പുതിയ മാനം നൽകുന്നു.

നിലവിലുള്ള ചരിത്രജ്ഞാനത്തിൽതന്നെ അറിയപ്പെടാതെ കിടക്കുന്ന ഭാഗങ്ങൾ വെളിപ്പെടുത്തുന്നതിന് സഹായിക്കുന്നു എന്നതത്രെ ഇതിന്റെ മറ്റൊരു പ്രാധാന്യം. ഇന്ത്യയുടെ ചരിത്രത്തെ

അതിപുരാതനകാലം മുതൽക്കേ പരിശോധിച്ചു പഠിക്കുന്നതിന് ഇന്ന് സാധ്യമാണ്. പ്രാചീന സാഹിത്യത്തിലെ പ്രകടമായ സങ്കൽപ്പകഥകളെ ആധാരമാക്കിയല്ല പുരാവസ്തുപഠനത്തിൽനിന്ന് ലഭിക്കുന്ന മൂർത്തമായ തെളിവുകളെ ആസ്പദിച്ചാണ് ഇത് സാധിക്കുന്നത്. ഇന്ത്യൻ നാഗരികതയുടെ പ്രഭവസ്ഥാനമായ ഹാരപ്പ സംസ്കാരത്തെയും അതിന് തൊട്ടു ശേഷം വന്ന സംസ്കാരങ്ങളെയും ഇന്ന് കൂടുതൽ വ്യക്തതയോടെ നിർവചിക്കാൻ കഴിയും. സിന്ധു ഗംഗാസമതലത്തിൽ ആര്യ സംസ്കാരത്തിന്റെ അരങ്ങേറ്റം സാംസ്കാരികമായ ഒരു ശൂന്യതയിൽ വച്ച് ആരംഭിച്ചതല്ല. നിലവിലുള്ളതും മുമ്പ് ഉണ്ടായിരുന്നതുമായ സംസ്കാരങ്ങളുടെ പശ്ചാത്തലത്തിൽ വേണം അത് പരിശോധിക്കാൻ.

പുരാവസ്തു പഠിതാക്കൾ വസ്തുതകളായി ഉപയോഗപ്പെടുത്തുന്ന ഭൗതികാവശിഷ്ടം സാഹിത്യപരമായ തെളിവുകളെ സ്ഥിരീകരിക്കുന്നതിനോ നിരാകരിക്കുന്നതിനോ ഉപയോഗപ്പെടുത്താവുന്നതാണ്. ആര്യൻ ജനപദങ്ങളെന്ന് കരുതപ്പെടുന്ന ഗംഗാസമതലത്തിൽനിന്ന് ലഭിച്ച അവശിഷ്ടങ്ങളിൽ നിന്ന് ചായം തേച്ച നരച്ച കളിമൺ പാത്രങ്ങൾ കണ്ടെത്തുകയുണ്ടായി. പ്രാകൃതമായ കൃഷിരീതിയും അത്രയൊന്നും പരിഷ്കൃതമല്ലാത്ത ജീവിതരീതിയും മാത്രം വശമുള്ള, ലഘുമനസ്കരായ ഒരു ജനതയെ ആണ് അവ സൂചിപ്പിക്കുന്നത്. വേദകാല സാഹിത്യത്തിൽ വരച്ചുകാട്ടിയ ഗംഭീര ചിത്രങ്ങൾ, സാഹിത്യപരമായ ഒരു അതിശയോക്തി എന്നു മാത്രമേ കരുതാനുള്ളു. ഇതേപോലെ ഹസ്തിനപുരത്തെ പുരാവസ്തു ഖനനം അത്യന്തം ശ്രദ്ധേയങ്ങളായ ചില സാഹിത്യപരാമർശങ്ങളെ സ്ഥിരീകരിക്കുന്നത് കാണാം. മഹാഭാരതത്തിൽ പ്രതിപാദിച്ചവിധം ജലപ്രളയം കൊണ്ടുണ്ടായ വിനാശങ്ങളെ ഈ ഖനനം ശരിവെക്കുന്നു. തലസ്ഥാനം കൗശാമ്പിയിലേക്ക് മാറ്റിയതിനെക്കുറിച്ചുള്ള പരാമർശവും ഹസ്തിനപുരത്തെ ജലപ്രളയത്തെക്കുറിച്ചുള്ള പരാമർശവും ഒരേ കാലഘട്ടത്തെ തന്നെയാണ് സൂചിപ്പിക്കുന്നത്. മൗര്യകാലഘട്ടത്തെക്കുറിച്ചും ഇതേപോലെ സാഹിത്യപരമായി കാണുന്ന ചില പരാമർശങ്ങളെ പുരാവസ്തുഖനനത്തിൽ നിന്ന് ലഭിച്ച തെളിവുകൾ ശരിവച്ചതായി കാണാം.

പുരാവസ്തു ഗവേഷണത്തിൽ നിന്ന് ലഭിച്ച മറ്റൊരു ഉൽപ്പന്നം സ്ഥിതിവിവരക്കണക്കുകളത്രെ. നിത്യജീവിതത്തിൽ ഉപയോഗപ്പെടുത്തുന്ന മൺപാത്രങ്ങൾ, ജപമാലകൾ, പലവിധം പണിയായുധങ്ങൾ എന്നിവ എത്രയെങ്കിലും കണ്ടെത്തിയിരിക്കുന്നു. അവയുടെ ആകൃതിയും പണിത്തരവും അക്കാലത്തെ ജീവിതരീതിയുടെ സ്വഭാവത്തെ സൂചിപ്പിക്കുന്നുവെന്നു മാത്രമല്ല, ഭൂമിശാസ്ത്രപരമായ ഒരു പ്രത്യേക സ്ഥലത്ത് ഏതെങ്കിലും പ്രത്യേക തരത്തിലുള്ള

പാത്രങ്ങൾ ഒരുപാട് പൊട്ടിത്തകർന്നു കിടക്കുന്നുവെങ്കിൽ വാണിജ്യ-വ്യാപാര തകർച്ചയെക്കുറിച്ചോ ജനതയുടെ കുടിയേറി പ്പാർപ്പിനെക്കുറിച്ചോ അത് സൂചന നൽകുകയും ചെയ്യും.

മൗര്യ കാലഘട്ടത്തിലും അതിന് തൊട്ടുമുമ്പും ധനികവർഗ ത്തിന്റെ ആഡംബരമായി കരുതിപ്പോന്ന ഉത്തരദേശത്തിലെ കറുത്ത പോളീഷ് ചെയ്ത പാത്രങ്ങൾ എവിടെ നിന്നെല്ലാം കണ്ടുകിട്ടി യെന്നത് മൗര്യ സാമ്രാജ്യത്തിന്റെ വിസ്തൃതി എത്രമാത്രമുണ്ടാ യിരുന്നു എന്നതിനെ വ്യക്തമായി സ്ഥിരീകരിക്കുന്നു. സ്ഥിതിവിവര ക്കണക്കുകളുടെ പഠനത്തിന് നാണ്യങ്ങളെ ഒന്നാന്തരം അടിസ്ഥാന മായി സ്വീകരിക്കാവുന്നതാണ്.

ശിലാരേഖകളെ പുരാവസ്തുക്കളിലൊന്നെന്ന നിലയ്ക്ക് പല പ്പോഴും പരിഗണിച്ചുപോരാറുണ്ട്. പുരാവസ്തു ഖനനത്തെയും ചരിത്രത്തെയും പരസ്പരം ബന്ധിപ്പിക്കുന്ന ഒരു കണ്ണിയായി അതിനെ കണക്കാക്കാം. ഒരു പ്രത്യേക കാലഘട്ടം നിർണയിക്കു ന്നതിൽ സാഹിത്യപരമായ തെളിവുകളെക്കാൾ കണിശത ശിലാലിഖിതങ്ങൾക്കുണ്ട്. ആലേഖനം ചെയ്യുകയെന്നത് ക്ലേശകര മാണെന്നതിനാൽ അവ ആവുന്നത്ര സംക്ഷേപിച്ചിരിക്കും. പ്രശസ്തി കളും സ്തുതികളുമൊഴിച്ച് മിക്ക ശിലാലിഖിതങ്ങളും അനുപേക്ഷ ണീയമായ കാര്യങ്ങൾ മാത്രം അടങ്ങിയ സംക്ഷിപ്ത വിവരങ്ങൾ ഉൾക്കൊള്ളുന്നവയുമാണ്. സാഹിത്യത്തെ അപേക്ഷിച്ച് ശിലാലി ഖിതങ്ങൾക്കുള്ള മറ്റൊരു മെച്ചം, ഒരു തവണ ആലേഖനം ചെയ്തു കഴിഞ്ഞാൽ അവയെ തിരുത്തി മാറ്റുന്നതിന് സാധ്യത ഇല്ലെന്ന തത്രെ. ഖണ്ഡികകൾ മാറ്റിക്കളയുന്നതിനോ പുതിയത് കൂട്ടിച്ചേ ർക്കുന്നതിനോ സാധ്യമല്ല. എന്നാൽ സാഹിത്യത്തിന്റെ കാര്യത്തിൽ നൂറ്റാണ്ടുകൾക്കിടയിൽ ഓരോ തവണ മാറ്റിയെഴുതുമ്പോഴും ഇതു രണ്ടും സംഭവിക്കുന്നു. ശിലാരേഖകളിൽ രാഷ്ട്രീയ ചരിത്രത്തെക്കു റിച്ചുള്ള പല വിവരങ്ങളും അടങ്ങിയിരിക്കുമെന്ന് മാത്രമല്ല അതിലുമ ധികം സാമൂഹ്യ-സാമ്പത്തിക സ്ഥിതിഗതികളും അടങ്ങിയിരിക്കും. ഗുപ്തകാലഘട്ടത്തിനുശേഷം ഭൂമി ദാനമായി നൽകിയതായി കാണി ക്കുന്ന ശിലാരേഖകൾ ഭൂമിയെ സംബന്ധിച്ചുള്ള നിയമങ്ങൾ അടങ്ങിയതാകകൊണ്ട് ഈ കാലഘട്ടത്തെ സംബന്ധിച്ച് വളരെ ശ്രദ്ധേയമായ വിവരങ്ങൾ നൽകുന്നു. ആ കാലഘട്ടത്തെക്കുറിച്ചുള്ള നമ്മുടെ ധാരണകളെത്തന്നെ മാറ്റിത്തീർക്കുന്നതിന് ആ തെളിവുകൾ സഹായകമായിത്തീരുന്നു. ഉദാഹരണമായി, ഈ കാലഘട്ടത്തിൽ ഇന്ത്യയിലെ ജാതിവ്യവസ്ഥ കർശനമായിതീർന്നുവെന്നും തുർക്കി കളുടെയും അഫ്ഘാൻകാരുടെയും ആക്രമണത്തെ ഇന്ത്യക്ക് നേരിടാൻ കഴിയാതെ പോയതിന് പ്രധാന കാരണം അതാണെന്നും പലപ്പോഴും പ്രസ്താവിച്ചു കാണാറുണ്ട്. എന്നാൽ ഈ കാല

ഘട്ടത്തിൽ ജാതിവ്യവസ്ഥ കർശനമായിരുന്നില്ലെന്ന് മാത്രമല്ല അത് വളരെ അയവുള്ള രീതിയിലായിരുന്നുവെന്നും ഇപ്പോൾ തെളിയിക്കപ്പെട്ടിരിക്കുന്നു.

പുരാവസ്തു ഖനനത്തിന്റെയും അവയുടെ സംഭരണത്തിന്റെയും ഏറ്റവും വലിയ നേട്ടം, രാജവംശങ്ങളുടെയും രാജകുടുംബങ്ങളുടെയും പഠനത്തിൽനിന്ന് കൂടുതൽ പ്രയോജനകരമായ സമൂഹത്തിന്റെ മൊത്തം പഠനത്തിലേക്ക് മാറാൻ അത് ചരിത്രകാരൻമാരെ നിർബന്ധിതരാക്കി എന്നതത്രെ. പുരാവസ്തുപഠനം നമുക്ക് ലഭ്യമായ നഷ്ടാവശിഷ്ടങ്ങളെ ആധാരമായി സ്വീകരിക്കുകയും സാംസ്കാരികവും മറ്റുതരത്തിലുള്ളതുമായ മാറ്റങ്ങളെ അംഗീകരിക്കുന്നതിന് സാങ്കേതികവിദ്യയിൽ വരുന്ന മാറ്റത്തെ ആധാരമാക്കുകയും ചെയ്യുന്നതുകൊണ്ട് ഇക്കാലമത്രയും വിഗണിക്കപ്പെട്ടുകിടന്നിരുന്ന അതിപ്രാചീനകാലത്തെ സാമൂഹ്യഘടന, സാമ്പത്തിക രീതി, സാങ്കേതിക പരിജ്ഞാനം എന്നിവയിലേക്ക് ചരിത്രാന്വേഷകന്റെ ശ്രദ്ധ തിരിച്ചുവിട്ടിരിക്കുന്നു. ചരിത്രത്തെ രൂപപ്പെടുത്തുന്ന അതിവിസ്തൃതമായ സംഭവങ്ങളുടെ ഊടും പാവും പരിശോധിക്കുമ്പോൾ രാജവംശങ്ങൾ എന്നത് അതിലെ നിസ്സാരങ്ങളായ ചില നൂലിഴകൾ മാത്രമാണ്.

സാഹിത്യപരങ്ങളായ ചില അടിസ്ഥാനരേഖകളുടെ വിശകലനമോ പുരാവസ്തു ഖനനത്തിൽ നിന്ന് ലഭിച്ച പുതിയ തെളിവുകളോ കൊണ്ടുമാത്രം കാര്യമായില്ല. ഇത്തരം അടിസ്ഥാനപ്രമാണങ്ങളുടെ നേരെ പുതിയ സമീപനം ആവശ്യമാണ്. ബുദ്ധിപരമായ പരിഗണനവച്ചു നോക്കിയാലും അക്കാദമിക് വീക്ഷണത്തിലുള്ള പ്രാധാന്യം നോക്കിയാലും പ്രസക്തമെന്നുതോന്നുന്ന വസ്തുതകളെക്കുറിച്ചുള്ള അന്വേഷണമാണ് ആവശ്യമായിട്ടുള്ളത്. രാജവംശചരിത്രത്തിന്റെ കാതലായ വശം രാജാക്കൻമാരുടെ പിന്തുടർച്ചാവകാശ ക്രമമല്ല, അധികാരത്തെക്കുറിച്ച് പുലർത്തിപ്പോരുന്ന ധാരണകളും അധികാരത്തിന്റെ വിതരണവുമാണ് അധികാരത്തിന്റെ കേന്ദ്രബിന്ദു. രാജാവായിരുന്നുവോ, അതോ അത് പല ഉദ്യോഗസ്ഥകേന്ദ്രങ്ങളിലൂടെയും സ്ഥാപനങ്ങളിലൂടെയും വ്യാപിച്ചിരുന്നുവോ പൗരസ്ത്യ ചക്രവർത്തിമാരുടെ സ്വേച്ഛാധിപത്യ വാഴ്ചയെക്കുറിച്ചും അവരുടെ ഉദാരതയെക്കുറിച്ചുമെല്ലാമുള്ള സിദ്ധാന്തങ്ങളെ ആവിധത്തിൽ മാത്രമെ വെല്ലുവിളിക്കുന്നതിനും ശരിക്കുള്ള ചരിത്രവിശകലനം നടത്തുന്നതിനും നമുക്ക് സാധിക്കുകയുള്ളു. ഏത് നിലയിലും, സാമ്പത്തിക ഘടനയെക്കുറിച്ച് വ്യക്തമായി മനസിലാക്കാതെ അധികാരശക്തിയുടെ സ്വഭാവത്തെക്കുറിച്ച് മനസിലാക്കുന്നതിന് സാധ്യമല്ല. മനുഷ്യപ്രയത്നത്തിന്റെ രൂപത്തിലും ഉൽപ്പന്നങ്ങളുടെ രൂപത്തിലും ഏതെല്ലാം വിധത്തിൽ നികുതി

സ്വരൂപിച്ചുവെന്നും സമൂഹത്തിന്റെ വിവിധ തലത്തിൽ അത് ഏതേത് വിധത്തിലാണ് ചെലവഴിച്ചുപോന്നതെന്നും മനസിലാക്കുന്നത് അധികാരത്തെക്കുറിച്ചുള്ള ധാരണയും വിനിയോഗവും മനസിലാക്കുന്നതിന് അത്യന്താപേക്ഷിതമാണ്. മതപരമായ വശ്യത തുടങ്ങി സാമ്പത്തിക ബാഹ്യമായ ഘടകങ്ങൾ അവയുടെ പങ്ക് നിർവഹിക്കുന്നുവെന്നത് നേരുതന്നെ; എന്നാൽ അവയേയും ഇതേ പശ്ചാത്തലത്തിൽ വച്ചുതന്നെ പരിശോധിക്കേണ്ടിയിരിക്കുന്നു. സാമൂഹ്യഘടനയെക്കുറിച്ചുള്ള പഠനത്തിൽ ജാതിവ്യവസ്ഥയുടെ വളർച്ച പ്രധാനമത്രെ. സാമൂഹ്യഘടന, യഥാർഥത്തിൽ വർണാശ്രമധർമങ്ങൾക്ക് വിധേയമായിട്ടാണോ പ്രവർത്തിച്ചുപോന്നത്? അങ്ങനെയാണെങ്കിൽ ക്ഷത്രിയരല്ലാത്ത ഒട്ടേറെപ്പേർ രാജാക്കൻമാരായിത്തീർന്നതെങ്ങനെ? സിദ്ധാന്തവും പ്രയോഗവും തമ്മിൽ പൊരുത്തമില്ലായ്മ കാണിക്കുന്നതിന് ഏറ്റവും പ്രകടമായ ഒരു ഉദാഹരണമാണിത്. ഈ പൊരുത്തക്കേട് രാഷ്ട്രീയാധികാരത്തിന്റെ കാര്യത്തിൽ മാത്രമാണോ നിലനിന്നുപോന്നത്. സാമ്പത്തിക ഘടനയിലുള്ള ഉച്ചനീചത്വവും ജാതിവ്യവസ്ഥയിലുള്ള ഉച്ചനീചത്വവും ഐകരൂപ്യം കാണിച്ചുപോന്നത് എവിടെയെല്ലാമായിരുന്നു?

പലതരം ഗ്രൂപ്പുകൾ തമ്മിലുള്ള സംഘർഷത്തെക്കുറിച്ചും അവയുടെ സ്വഭാവത്തെക്കുറിച്ചുമുള്ള പഠനം ഇതിനേക്കാൾ പ്രധാനമാണ്. എന്നാൽ ഇന്ത്യാചരിത്രകാരൻമാർ ദുർലഭമായി മാത്രമെ ഇതിന്റെ പഠനത്തിൽ ശ്രദ്ധിച്ചിരുന്നുള്ളു. എല്ലാ സമുദായവും അതിനിടയിലെ സംഘർഷത്തിനും സംഘട്ടനത്തിനും പ്രകാശനം നൽകുന്നു. എന്നിരുന്നാലും പ്രാചീന ഭാരതീയ സമൂഹത്തിൽ അവയുടെ സ്വഭാവമെന്തായിരുന്നുവെന്ന് വ്യക്തമായി നിർവചിക്കുന്നതിനോ അതേക്കുറിച്ച് പഠിക്കുന്നതിനോ പരിശ്രമങ്ങൾ നടന്നിട്ടില്ല. മധ്യകാലചരിത്രത്തിന്റെ ആരംഭംവരെയുള്ള ആദ്യകാല ചരിത്രത്തിൽ ഇത്തരം സംഘർഷങ്ങളെ മൂടിവയ്ക്കുന്നതിനും അതിന്മേൽ വെള്ളപൂശി കാണിക്കുന്നതിനും ഉള്ള ഒരു സ്വഭാവം പലപ്പോഴും കാണാം. അതോടൊപ്പംതന്നെ മധ്യകാലഘട്ടത്തോടെ ഹിന്ദുക്കളും മുസ്ലീങ്ങളും തമ്മിലുള്ള സംഘർഷങ്ങളെ എണ്ണിയെണ്ണിപ്പറഞ്ഞ് അണിനിരത്തിക്കാണിക്കുന്നതിൽ ചില ചരിത്രകാരൻമാർ അവരുടെ അതിർത്തികൾ ലംഘിച്ച് ബഹുദൂരം സഞ്ചരിക്കുന്നതായും കാണാം. ആദ്യകാല സംഘർഷങ്ങളുടെ സ്വഭാവം ശരിക്ക് മനസിലായില്ലെങ്കിൽ 1206–നുശേഷമുള്ള കാലഘട്ടങ്ങളിൽ ഹിന്ദുക്കളും മുസ്ലീങ്ങളും തമ്മിലുള്ള സംഘർഷങ്ങൾ, അവ മതപരമായ പ്രശ്നങ്ങളെ മുൻനിർത്തിയാണെങ്കിൽ പോലും മനസിലാക്കുന്നതിന് നമുക്ക് സാധ്യമാവില്ല. സിംഹാസനത്തിനുവേണ്ടിയുള്ള ഗൂഢാലോചനകൾ, രാജാക്കൻമാരുടെ

കൊലപാതകം, യുദ്ധം തുടങ്ങിയ കാര്യങ്ങളെക്കുറിച്ച് ലഭിച്ചുകഴിഞ്ഞിട്ടുള്ള തെളിവുകളിൽനിന്ന് പ്രാചീനകാലത്ത് രാഷ്ട്രീയ സംഘർഷങ്ങൾ നിലനിന്നുപോന്നിരുന്നുവെന്ന കാര്യം വ്യക്തമാണ്. ശേഷിച്ച സമൂഹത്തെ ഈ സംഘർഷങ്ങൾ ഏതെല്ലാം വിധത്തിൽ ബാധിച്ചുപോന്നു? കൂടെക്കൂടെയുള്ള യുദ്ധം സാമ്പത്തിക സമ്മർദത്തിനും കാരണമായിത്തീർന്നിട്ടുണ്ടാവണം എന്ന കാര്യം തീർച്ചയാണ്. മതവിശ്വാസികൾക്കിടയിലുള്ള വിവിധ ഗ്രൂപ്പുകൾ തമ്മിലുള്ള സംഘട്ടനങ്ങൾ അതിന്റേതായ സമ്മർദ്ദം സൃഷ്ടിച്ചിട്ടുണ്ടാവണം. അശോകചക്രവർത്തി സഹിഷ്ണുതയെക്കുറിച്ച് ആവർത്തിച്ചാവർത്തിച്ച് അഭ്യർഥന പുറപ്പെടുവിച്ചിരുന്നു. പലതരത്തിലുള്ള ഗ്രൂപ്പുകൾക്കിടയിൽ സഹിഷ്ണുത നിലവിലുണ്ടായിരുന്നില്ലെങ്കിൽ ഇത് ആവശ്യമാകുമായിരുന്നില്ല. ചാർവാകൻമാരും ബ്രാഹ്മണരും തമ്മിലുണ്ടായിരുന്ന അഭിപ്രായ വ്യത്യാസത്തിന്റെ ഭിന്നമുഖങ്ങൾ എന്തെല്ലാമായിരുന്നു? ആ ഭിന്നതയുടെ ഫലമായി, ഒടുവിൽ ബ്രാഹ്മണ ദർശന സാഹിത്യങ്ങളിൽ നിന്ന് ചാർവാകൻമാരെക്കുറിച്ചുള്ള പരാമർശം തന്നെ നീക്കം ചെയ്തു. ബുദ്ധമതം വ്യാപാരിവർഗത്തെയും രാജകുടുംബത്തിലെ സ്ത്രീകളെയും പ്രത്യേകം സ്വാധീനിച്ചതുപോലെ ചിലതരം മതദർശനങ്ങൾ ചില പ്രത്യേക വിഭാഗങ്ങളെ പെട്ടെന്ന് സ്വാധീനിക്കാൻ കാരണമെന്താണ്? ഇന്ത്യയിൽ അങ്ങോളമിങ്ങോളമുള്ള ജൈനമതക്കാരിൽ ഭൂരിഭാഗവും വാണിജ്യവർഗത്തിൽപ്പെട്ട അംഗങ്ങളായിത്തീർന്നത് എന്തുകൊണ്ടാണ്? ഇത്തരം ഘടകങ്ങൾ സംഘർഷത്തിന്റെ ബീജമായിത്തീരാറുണ്ടോ?

ചില ചില സംഘർഷങ്ങൾ വ്യാപകമായ സംഘട്ടനത്തിലേക്ക് നയിച്ചത് എന്തുകൊണ്ടാണ് എന്ന കാര്യവും ഇതേപോലെ പഠനത്തിനു വിഷയമാക്കേണ്ടതാണ്. ആര്യൻമാരും ദസ്യുക്കളും തമ്മിലുള്ള സംഘർഷത്തിന്റെ സ്വഭാവം എന്തായിരുന്നു? പലപ്പോഴും പരാമർശിച്ചു കാണാറുള്ളതുപോലെ അത് വർഗപരമായ സംഘട്ടനമായിരുന്നുവോ? അതല്ല, സാംസ്കാരികമായ പൊരുത്തപ്പെടായ്കയിൽ നിന്നുണ്ടായതോ? നാട്ടുകാരായ ജനങ്ങളും വിദേശികളെന്ന് അവർ കരുതിപ്പോന്നവരും തമ്മിൽ നടന്ന സംഘട്ടനത്തിന്റെ സ്വഭാവം എന്തായിരുന്നു? ഗ്രീക്കുകാരെയും സ്ഥിയൻമാരെയും വ്രത്യക്ഷത്രിയൻമാരെന്നു വിളിക്കാൻ കാരണമായിത്തീർന്ന നടപടിക്രമം എന്തായിരുന്നു? അവരെ ഇന്ത്യൻ സമൂഹത്തിൽ സാത്മീകരിച്ചതെങ്ങനെ? പതിമൂനാം നൂറ്റാണ്ടിനുമുമ്പ് ഇന്ത്യക്കാർ അറബികളെയും തുർക്കികളെയും വീക്ഷിച്ചുപോന്നതെങ്ങനെ?

ഈ ചോദ്യങ്ങളെല്ലാം ഉന്നയിക്കുന്നത് ബുദ്ധിപരമായ അഭ്യാസങ്ങളിൽ വ്യാപരിക്കാനുള്ള കൗതുകം കൊണ്ടല്ല: അത്തരം

ചോദ്യങ്ങൾ കൊണ്ടുമാത്രമെ ചരിത്രപഠനം സാർഥകമാവുകയുള്ളുവെന്ന് സൂചിപ്പിക്കാനാണ്. ഈ ചോദ്യങ്ങൾക്ക് രണ്ടു തരത്തിൽ പ്രസക്തിയുണ്ടെന്ന് പറയാം. സമൂഹത്തിന്റെ വികാസത്തിൽ ഏത് ഘട്ടത്തിലും ന്യായമായ ഉത്തരം കണ്ടെത്തേണ്ട ചോദ്യങ്ങളാണെന്നത് ഇന്ത്യാചരിത്രത്തിന്റെ ഘട്ടത്തെക്കുറിച്ചും ഈ ചോദ്യം ഉന്നയിക്കാവുന്നതും ഉന്നയിക്കേണ്ടതുമാണ്. ഈ ചോദ്യങ്ങൾക്കുള്ള ഉത്തരത്തിൽ നിന്ന് ഇന്ത്യാചരിത്രത്തിന്റെ യഥാർഥത്തിലുള്ള അനുസ്യൂത വികാസം നമുക്കു മനസിലാക്കാൻ സാധിക്കും. രണ്ടാമതായി ഈ ചോദ്യങ്ങൾ ഭൂതകാലത്തിലെ വിവിധ ഭാഗങ്ങളെക്കുറിച്ചുള്ള പ്രശ്നങ്ങളുടെ കേന്ദ്രബിന്ദുവിൽ നമ്മെ എത്തിക്കും. ഈ കേന്ദ്രബിന്ദുവെക്കുറിച്ചുള്ള വ്യക്തത, ഇന്ത്യാചരിത്രത്തിന്റെ ഗതി നിർണയിക്കുന്നതിൽ സ്വാധീനം ചെലുത്തിയ സുപ്രധാനമായ ഘടകങ്ങളെക്കുറിച്ചും താരതമ്യേന പ്രാധാന്യം കുറഞ്ഞ ഘടകങ്ങളെക്കുറിച്ചും ഉൾക്കാഴ്ച നൽകുന്നതിന് നമ്മെ സഹായിക്കുകയും ചെയ്യും. അപ്പോൾ മാത്രമേ ഇന്ത്യാചരിത്രത്തിൽ ഇസ്ലാമിന്റെ ആഘാതമെന്തായിരുന്നുവെന്നതിന്റെ മാത്രമല്ല ഇന്ത്യയുടെ ഭൂതകാലത്തെ രൂപപ്പെടുത്തിയതിൽ വിവിധങ്ങളായ ശക്തികൾ എങ്ങനെ പ്രവർത്തിച്ചു പോന്നുവെന്നതിന്റെയും യഥാർഥ സ്വഭാവം നമുക്ക് മനസിലാവുകയുള്ളൂ.

ആര്യൻമാർ ആര്?

യൂറോപ്യൻമാരുടെ താൽപ്പര്യങ്ങളും മുൻധാരണകളും അനുസരിച്ചാണ് ആര്യവംശസിദ്ധാന്തം രൂപംകൊണ്ടത്. കൊളോണിയൽ കാഴ്ചപ്പാടനുസരിച്ചുള്ള ഇന്ത്യാചരിത്ര രചനയുടെ കാലത്താണ് ഈ സിദ്ധാന്തം പ്രാചീന ഇന്ത്യയുടെ ചരിത്രത്തിൽ ഉപയോഗിക്കപ്പെട്ടത്. ഇതിന്റെ വേരുകൾ കിടക്കുന്നത് ഭൂതകാലത്തെക്കുറിച്ചുള്ള ഇന്ത്യൻ കാഴ്ചപ്പാടുകളിലല്ല. എങ്കിലും അത് ഇന്ത്യൻ ചരിത്ര പഠനങ്ങളുടെ അടിസ്ഥാന തത്ത്വങ്ങളിലൊന്നായി അംഗീകരിക്കപ്പെട്ടിരിക്കുന്നു. യൂറോപ്പിന്റെ ഭൂതകാലത്തെപ്പറ്റി പഠിക്കുന്ന പണ്ഡിതൻമാർ ഈ സിദ്ധാന്തത്തെ ചോദ്യം ചെയ്തിട്ടുണ്ട്. ഇന്ത്യക്കാർ മാത്രമാണ് ഇതിൽ കടിച്ചു തൂങ്ങുന്നത്. ഇന്ത്യയിലെ ചരിത്രസാമഗ്രികളെക്കുറിച്ച് ബദൽസമീപനങ്ങൾ സ്വീകരിക്കുന്നവർ വിരളമാണ്.

സ്വന്തം വ്യക്തിത്വത്തെ കണ്ടുപിടിക്കുന്നതിനുള്ള യൂറോപ്യൻമാരുടെ ശ്രമങ്ങൾ ശക്തിപ്പെട്ടത് പതിനെട്ടാം നൂറ്റാണ്ടിലാണ്. ദേശീയ രാഷ്ട്രങ്ങൾ രൂപംകൊള്ളുന്നതിനുള്ള ശ്രമങ്ങളുടെ ഭാഗമായാണ് ഇതുണ്ടായത്. പൊതുവായ ഒരു ഉത്ഭവസ്ഥാനത്തിൽ നിന്നായാൽ പോലും വ്യത്യസ്ത രാഷ്ട്രങ്ങൾക്ക് വ്യത്യസ്തമായ വ്യക്തിത്വങ്ങൾ കണ്ടുപിടിക്കേണ്ടത് അന്നൊരു ആവശ്യമായിരുന്നു. ഭൂതകാലത്തെക്കുറിച്ചു പഠിച്ചപ്പോൾ യൂറോപ്യൻ സംസ്കാരത്തിന്റെ വേരുകളെ പ്രാചീന ഗ്രീക്ക് സംസ്കാരം എന്ന അത്യൽഭുതത്തിൽ കണ്ടെത്തുന്നതിനാണ് ശ്രമിച്ചത്. ഗ്രീക്ക് സംസ്കാരത്തിന്റെ ഉത്ഭവസ്ഥാനം തന്നെ അതിനുമുമ്പുള്ള സംസ്കാരങ്ങളിൽ നിന്നാണെന്ന് സമർഥിക്കപ്പെട്ടു. ദേശീയചിന്ത അതിപ്രാചീന കാലത്തിലാണ് അതിന്റെ ഉത്ഭവം കണ്ടുപിടിക്കാൻ ശ്രമിക്കുന്നത്. ഒരു സംസ്കാരത്തിന്റെ കാലപ്പഴക്കത്തെ കൂടുതൽ കൂടുതൽ പിന്നോട്ടുകൊണ്ടുപോകാനുള്ള ശ്രമവും ഇതിന്റെ ഭാഗമാണ്.

യൂറോപ്യൻ സഞ്ചാരികളുടെയും വ്യാപാരികളുടെയും മിഷനറിമാരുടെയും രചനകളിലൂടെയാണ് പൗരസ്ത്യദേശങ്ങളുടെ കണ്ടുപിടിത്തം പൊതുജനസമക്ഷം അവതരിപ്പിക്കപ്പെട്ടത്. പൗരസ്ത്യ ദേശങ്ങൾ ആഢംബര കേന്ദ്രങ്ങളാണെന്നും അവിടെ അത്ഭുതകരമായ ജീവികളും പ്രവർത്തനങ്ങളും നടക്കുന്നുണ്ടെന്നുമുള്ള ഗ്രീക്ക്-ലാറ്റിൻ എഴുത്തുകാരുടെ പരാമർശങ്ങൾ ക്ലാസിക്കൽ പണ്ഡിതന്മാർ കണ്ടെത്തി. മുൻ സൂചിപ്പിച്ച വിജ്ഞാനവുമായി കൂട്ടിച്ചേർത്തു കൊളോണിയൽ കാലഘട്ടത്തിൽ ഭാഷകളുടെ ഉപയോഗത്തിലേക്ക് ശ്രദ്ധതിരിച്ചു. ഭാഷകളുടെ ഉപയോഗവും ഉത്ഭവത്തെപ്പറ്റിയുള്ള ജ്ഞാനവും യൂറോപ്യൻ സംസ്കാരത്തിന്റെ വേരുകൾ കണ്ടെത്താൻ സഹായിക്കുമെന്ന ജർമൻ സാഹിത്യത്തിലെ കാൽപ്പനിക പ്രസ്ഥാനത്തിന്റെ സമീപനമാണ് ഇത്തരം പഠനങ്ങളിലേക്ക് നയിച്ചത്. പതിനെട്ടാം നൂറ്റാണ്ടിന്റെ അവസാനം സംസ്കൃതത്തിന്റെയും ഗ്രീക്കിന്റെയും ഘടനയിലും പദാവലിയിലും സാമ്യമുണ്ടെന്ന വില്യം ജോൺസിന്റെ പ്രഖ്യാപനം (അതിനു മുമ്പുതന്നെ ഉന്നയിക്കപ്പെട്ട ആശയമാണെങ്കിലും) വളക്കൂറുള്ള ഭൂമിയിലാണ് വീണത്. അത് യൂറോപ്യൻ-ഇന്ത്യൻ സംസ്കാരങ്ങളുടെ വളർച്ചയെക്കുറിച്ച് നിരവധി സിദ്ധാന്തങ്ങൾ ഉത്ഭവിക്കാൻ കാരണമായി.

പത്തൊൻപതാം നൂറ്റാണ്ടിലെ ഇൻഡോളജിസ്റ്റ് അയാളുടെ സ്വന്തം വ്യക്തിത്വം സ്ഥാപിച്ചുതുടങ്ങി. ആദ്യം ഇന്ത്യയെക്കുറിച്ച് പഠിച്ചുവന്ന വിദേശികൾക്കായിരുന്നു ഈ പേർ ഉപയോഗിച്ചിരുന്നത്. ഇവർ ഭാഷകളുടെ താരതമ്യപഠനം വഴി ലഭിച്ച വസ്തുതകളുടെ അടിസ്ഥാനത്തിൽ, സംസ്കൃതം, പ്രാചീന ഇറാനിയൻ ഗ്രീക്ക്, ലാറ്റിൻ കെൽടിക്, മറ്റ് യൂറോപ്യൻ ഭാഷകൾ എന്നിവയ്ക്ക് പൊതുവായ ഒരു മൂലഭാഷാരൂപമുണ്ടെന്ന് നിർദേശിക്കുകയും അതിനെ ഇന്തോയൂറോപ്യൻ എന്ന് വിളിക്കുകയും ചെയ്തു. താരതമ്യഭാഷാപഠനം ഇന്ത്യയുടെ ഭൂതകാലത്തിന്റെ പുനർനിർമാണത്തിന് പ്രധാനമായിത്തീർന്നു. ഒരു പൊതുഭാഷയുണ്ടായിരുന്നുവെന്ന് സ്ഥാപിച്ചതിനുശേഷം, വളരെ താമസിയാതെ ഈ പൊതുഭാഷ ഒരു പൊതുവംശത്തിന്റെ ഭാഷയായി കരുതപ്പെടുകയും, അതിന് ആര്യവംശമെന്ന് പേരിടുകയും ചെയ്തു.

വംശവും ഭാഷയും തമ്മിലുള്ള സമവാക്യം ഇന്തോ - യൂറോപ്യൻമാരുടെയും ആര്യൻമാരുടെയും സ്ഥിതിയിൽ മാത്രമുള്ളതല്ല. മറ്റു പ്രദേശങ്ങളിലേക്കും ഇതേ കാഴ്ചപ്പാട് വ്യാപിച്ചിട്ടുണ്ട്. ആഫ്രിക്കയിൽ ബാന്റ് ഭാഷ സംസാരിക്കുന്നവരെ 'ബാന്റ് വംശ'വുമായി ബന്ധിപ്പിച്ചുകൊണ്ട് ആദ്യകാലത്തുണ്ടായ സിദ്ധാന്തങ്ങൾ ഉദാഹരണമാണ്. ഇത്തരത്തിലുള്ള സമവാക്യങ്ങൾക്ക് ഒരു

അടിസ്ഥാനവുമില്ല. ഇന്തോ-യൂറോപ്യൻ ഭാഷകൾ സംസാരിക്കുന്നവർ ആര്യൻ വംശത്തിലായിരിക്കണമെന്ന വാദത്തിന് ഉപോൽബലകമായി തെളിവുകളില്ല. ആര്യവംശം എന്തായിരുന്നുവെന്ന് കൃത്യമായി നിർവചിക്കാൻ പോലും വിഷമമാണ്. പത്തൊമ്പതാം നൂറ്റാണ്ടിന്റെ ഉത്തരാർധത്തിൽ ഭാഷയെയും വംശത്തെയും തമ്മിൽ ബന്ധിപ്പിക്കുന്നത് അബദ്ധമാണെന്ന് മനസിലാക്കിക്കഴിഞ്ഞിരുന്നു. ഇവ രണ്ടും തമ്മിൽ ബന്ധിപ്പിക്കരുതെന്നുള്ള പ്രസ്താവനകളുണ്ടായിട്ടും ജനങ്ങൾക്കിടയിൽ ഈ ധാരണ പ്രചരിച്ചു. പണ്ഡിതൻമാർക്ക് ഈ വിശ്വാസത്തെ ഇല്ലാതാക്കാൻ കഴിഞ്ഞില്ല.

പത്തൊമ്പതാംനൂറ്റാണ്ടിന്റെ മധ്യത്തിൽ ഗോബിനോ ആര്യവംശസിദ്ധാന്തത്തെ കൂടുതൽ വിപുലീകരിച്ചു. അതിനെ യൂറോപ്യൻ പ്രഭുവർഗവുമായി ബന്ധിപ്പിക്കുകയും ചെയ്തു. മനുഷ്യവംശങ്ങൾ തമ്മിലുള്ള അസമത്വത്തെ സംബന്ധിച്ച് അദ്ദേഹത്തിന്റെ പ്രശസ്ത ഗ്രന്ഥം യൂറോപ്പിലെ തകർന്നുകൊണ്ടിരുന്ന പ്രഭുവർഗത്തെ പ്രത്യേകിച്ചും ആകർഷിച്ചു. അവരോടൊപ്പം പ്രഭുവർഗത്തിന്റെ സ്ഥാനം കൈപ്പറ്റിയ, പ്രത്യേക പദവിയുണ്ടെന്ന് സ്വയം സ്ഥാപിക്കാൻ ആഗ്രഹിച്ച വിഭാഗങ്ങൾക്കും ഈ വാദം ആകർഷണീയമായിരുന്നു. വെളുത്ത വംശങ്ങൾ മറ്റുള്ളവരെ കീഴടക്കി സംസ്കാരത്തെ സൃഷ്ടിക്കുകയും വ്യാപിപ്പിക്കുകയും ചെയ്യുന്നതുകൊണ്ട് അവർക്കാണ് മേൽക്കോയ്മ എന്നായിരുന്നു ഗോബിനോ വാദിച്ചത്. എന്നാൽ ഒരു പ്രദേശത്തെ കീഴടക്കിയതിനുശേഷം അവിടെ താമസിക്കുകയും അവിടത്തെ വംശങ്ങളുമായി കൂടിക്കലരുകയും ചെയ്തുകൊണ്ട്, വംശസങ്കരമുണ്ടാവുകയും വെള്ളക്കാരുടെ അധഃപതനത്തിന് കാരണമാവുകയും ചെയ്തു. ഇരുപതാം നൂറ്റാണ്ടിൽ അപകടകരമായ പ്രത്യാഘാതങ്ങളുണ്ടാക്കിയ ഒരു സിദ്ധാന്തമായിരുന്നു ഇത്.

താരതമ്യഭാഷാപഠനം നടത്തിയ വിദഗ്ധൻമാരും വേദങ്ങളെ പോലുള്ള പ്രാചീന സംസ്കൃതഗ്രന്ഥങ്ങളെക്കുറിച്ച് പഠിച്ചവരും 'ആര്യൻ' എന്ന പദത്തിന് വംശീയമായ അർഥമാണ് കണ്ടത്. ഉദാഹരണത്തിന്, വേദങ്ങളെ ഉപയോഗിച്ചുള്ള മാക്സ്മുള്ളറുടെ ചർച്ചകൾ ഒരു മുന്നോക്ക ആര്യവംശം പിന്നോക്ക തദ്ദേശവാസികളെ കീഴടക്കി ഇന്ത്യയിൽ താമസമുറപ്പിച്ചുവെന്ന ആശയത്തിന്റെ വളർച്ചയെ പ്രോത്സാഹിപ്പിച്ചു. പിന്നീട് അദ്ദേഹം തന്നെ ഭാഷയും വംശവും വ്യത്യസ്തമാണെന്ന് വാദിച്ചുവെങ്കിലും അത്തരത്തിലുള്ള വേർതിരിവ് നടത്തുന്നതിന് സമയം വളരെ വൈകിയിരുന്നു. കാരണം, അതിനകം പ്രാചീന ഇന്ത്യാചരിത്രത്തിന്റെ പുനർനിർമാണത്തിലെ വ്യവസ്ഥാപിത വിശദീകരണമായി ആര്യവംശസിദ്ധാന്തം മാറിക്കഴിഞ്ഞിരുന്നു.

ഭാഷാവിഭാഗങ്ങളെ വംശവുമായി ബന്ധപ്പെടുത്താൻ ആരംഭിച്ചു. ആര്യൻമാരെപ്പറ്റി മാത്രമല്ല ദ്രാവിഡവംശത്തെയും ആസ്ട്രോ – ഏഷ്യാറ്റിക് വംശങ്ങളെയും പറ്റിയുള്ള പരാമർശങ്ങളുണ്ടായി. വ്യത്യസ്ത പ്രദേശങ്ങളിൽ സംസാരിക്കുന്ന ഭാഷകളുമായി ബന്ധപ്പെടുത്തിയായിരുന്നു ഈ വിഭജനമുണ്ടായത്. ജാതിവ്യവസ്ഥയുടെ വളർച്ചതന്നെ വംശീയ വിഭജനത്തിനുള്ള ശ്രമമായി വിശദീകരിക്കപ്പെട്ടു. ഓരോ ജാതിയും വ്യത്യസ്ത വംശമാണെന്നും മിശ്രവിവാഹങ്ങൾ നിരോധിക്കുന്നതുവഴി വംശശുദ്ധിയാണ് നിലനിർത്താൻ ശ്രമിച്ചതെന്നുമുള്ള വാദമുയർന്നു. ഉപരിജാതികൾ, പ്രത്യേകിച്ച് ബ്രാഹ്മണർ ആര്യൻമാരുടെ നേർപിന്തുടർച്ചക്കാരാണെന്ന് വാദിക്കാമെന്നുമായി.

ആദിമ ഇന്ത്യാചരിത്രരചനയിലാണ് ആര്യവംശസിദ്ധാന്തത്തിന് ഏറ്റവുമധികം പ്രാഭവം ചെലുത്താൻ കഴിഞ്ഞത്. ആര്യൻമാരുടെ വരവോടെയാണ് ഇന്ത്യൻ സംസ്കാരത്തിന്റെ അടിത്തറ പാകിയതെന്ന് വാദിക്കപ്പെട്ടു. ഇത് ആരംഭിച്ചത് ഇന്ത്യൻ ഉപഭൂഖണ്ഡത്തിന്റെ വടക്കു പടിഞ്ഞാറൻ പ്രദേശങ്ങളിലേക്കുള്ള ആക്രമണം വഴിയാണെന്നും പിന്നീട് അവർ ദ്രാവിഡൻമാർ എന്ന് വിളിക്കപ്പെട്ട പ്രാദേശിക ജനവിഭാഗങ്ങളെ കീഴ്പ്പെടുത്തിയെന്നും വാദിക്കപ്പെട്ടു. ആര്യൻമാർ ഉത്തരേന്ത്യയെ മുഴുവൻ കീഴടക്കിയതായും ദ്രാവിഡൻമാരെ തെക്കെ ഇന്ത്യയിലേക്ക് തള്ളിമാറ്റിക്കൊണ്ടും മധ്യേന്ത്യയിൽ ആസ്ട്രോ – ഏഷ്യാറ്റിക്കുകളെ ചില പ്രദേശങ്ങളിലൊതുക്കി നിർത്തിക്കൊണ്ടും അവരുടെ ആധിപത്യം ശക്തിപ്പെടുത്തിയതായും കരുതപ്പെട്ടു. ഇന്ത്യൻ സാംസ്കാരിക ചരിത്രം ഉപഭൂഖണ്ഡം മുഴുവനുമുള്ള ആര്യവംശത്തിന്റെ വ്യാപനത്തിന്റെ കഥയായിത്തീർന്നു.

വേദങ്ങളിലും ബുദ്ധമത ഗ്രന്ഥങ്ങളിലും 'ആര്യൻ' എന്ന പദം സാധാരണയായി ഉപയോഗിക്കുന്നത് ആദരണീയനായ ഒരു വ്യക്തിയെ സൂചിപ്പിക്കുമ്പോഴാണ്. ക്രമേണ ആ വാക്ക് സംസ്കൃതം സംസാരിക്കുകയും വർണധർമം പാലിക്കുകയും ചെയ്യുന്നവരെക്കുറിച്ചായി. എന്നാൽ, പത്തൊമ്പതാം നൂറ്റാണ്ടിൽ ആര്യനെയും ദാസനെയും തമ്മിൽ കൂട്ടിയോജിപ്പിച്ചുകൊണ്ടുള്ള ഋഗ്വേദപരാമർശങ്ങളെ വംശീയവിഭജനമായി കണക്കാക്കി. കാരണം ദാസൻമാർ എന്ന വിഭാഗത്തെ അവരുടെ ശാരീരിക സ്വഭാവങ്ങളനുസരിച്ചും വേർതിരിച്ചിരുന്നു. ഋഗ്വേദത്തിലെ 'ആര്യ'പദം ആര്യവംശത്തെയും ദാസപദം തദ്ദേശീയ ജനവിഭാഗങ്ങളെയും സൂചിപ്പിക്കുന്നുവെന്ന് വ്യാഖ്യാനിക്കപ്പെട്ടു. ആര്യൻമാർ ദാസൻമാരുടെ മേൽ നേടിയ വിജയമാണ് അവരുടെ അധീശത്വത്തെ വർധിപ്പിച്ചതെന്നും വിശദീകരിക്കപ്പെട്ടു. വർണം എന്ന വാക്കിന് നിറം എന്നാണർഥം.

പക്ഷേ ആ പദം പ്രതീകാത്മകമായാണ് ഉപയോഗിക്കുന്നത്. പല ഗ്രന്ഥങ്ങളും വിവിധ ജാതികൾക്ക് വിവിധ നിറങ്ങൾ നൽകുന്നതു കാണാം. ഉദാഹരണത്തിന് വെളുപ്പ്, മഞ്ഞ, ചുവപ്പ്, കറുപ്പ്. പക്ഷേ ഇവയെല്ലാം തൊലിയുടെ നിറത്തെയാണ് സൂചിപ്പിക്കുന്നതെന്ന് കരുതുകയും ജാതിവിഭജനത്തെ വംശീയ വിഭജനത്തിന്റെ ഒരു രൂപമായി കണക്കാക്കുകയും ചെയ്തു.

ഇന്ത്യൻ സംസ്കാരത്തോട് അനുഭാവമുണ്ടായിരുന്നവർ സമാധാനവും അക്രമരാഹിത്യവും കളിയാടിയിരുന്ന ശാന്തസുന്ദരമായ ഗ്രാമസമൂഹങ്ങളിലാണ് ഇന്ത്യൻ ജനത ജീവിച്ചിരുന്നതെന്ന് അഭിപ്രായപ്പെട്ടു. അത്തരം വിവരണങ്ങൾ ആദ്യം കണ്ടുവന്നത് മാക്സ്മുള്ളറിന്റെ രചനകളിലാണ്. അദ്ദേഹം ഈ ആശയം 19–ാം നൂറ്റാണ്ടിലെ ഇന്ത്യയിലേക്കും വ്യാപിപ്പിച്ചു. ഇത്തരത്തിലുള്ള ആദർശ സമൂഹങ്ങളെക്കുറിച്ചുള്ള സങ്കൽപ്പം ഉയർന്നുവരാനുള്ള ഒരു കാരണം യൂറോപ്യൻ ജനതയുടെ ഉത്ഭവസ്ഥാനമായിരുന്ന ഗ്രാമസമൂഹങ്ങളും ഇന്ത്യൻ ഗ്രാമസമൂഹങ്ങളും ഏകരൂപമാണെന്ന നിരീക്ഷണമായിരുന്നു. യൂറോപ്പിന്റെ ശൈശവദിശയിലുണ്ടായിരുന്ന സവിശേഷതകളുടെ പ്രതിഫലനമാണ് ഇന്ത്യയിലെ സമകാലീന സമൂഹത്തിനുള്ളതെന്നായിരുന്നു ധാരണ.

പ്രാചീന ഇന്ത്യാചരിത്രം അങ്ങനെ ജനങ്ങളുടെയും സംസ്കാരങ്ങളുടെയും ഉത്ഭവത്തെപ്പറ്റിയുള്ള യൂറോപ്യൻ കാഴ്ചപ്പാടുകൾ പ്രചരിപ്പിക്കാനുള്ള ഒരു ഉപാധിയായിത്തീർന്നു. യൂറോപ്യനല്ലാത്ത സമൂഹങ്ങളുടെ സംസ്കാരം പോലും യൂറോപ്പിൽ നടന്ന വിവാദങ്ങളാൽ നിർണയിക്കപ്പെട്ടു. വിജ്ഞാനത്തെ അധികാരരൂപമായി ഉപയോഗിക്കുന്നതിനെ വ്യഞ്ജിപ്പിക്കുന്ന പൗരസ്ത്യവാദത്തിന്റെ ഒരു വംശമായിരുന്നു അത്. എഡ്വേർഡ് സെയ്ദിനെപ്പോലുള്ളവർ നടത്തിയ പൗരസ്ത്യ വാദത്തെക്കുറിച്ചുള്ള പഠനങ്ങൾ ഈ വംശത്തെ തെളിവുസഹിതം അവതരിപ്പിക്കാൻ ശ്രമിക്കുന്നുണ്ട്. പൗരസ്ത്യവാദപരമായ ചിന്താസമ്പ്രദായങ്ങൾക്കനുസരിച്ച് ഒരു കോളനിയുടെ സംസ്കാരത്തിന്റെയും അവരുടെ പ്രതിഛായയുടെയും പുനഃസൃഷ്ടി നടത്തുക കൊളോണിയൽ ശക്തിയുടെ ആധിപത്യരീതികളിലൊന്നായിരുന്നു. അതുകൊണ്ട് കഴ്സൺപ്രഭു ഇത്തരം പാണ്ഡിത്യത്തെയും വിജ്ഞാനത്തെയും "സാമ്രാജ്യത്തിനാവശ്യമായ ഫർണീച്ചറുകളായി'' വളർത്തേണ്ടത് ആവശ്യമാണെന്ന് പറയുന്നു. ഈ സമീപനം കൊളോണിയൽ ചട്ടക്കൂടിന്റെ സാരാംശവുമായി യോജിച്ചിരുന്നു. ആദ്യകാലത്തെ പൗരസ്ത്യവാദികളായ പണ്ഡിതൻമാരുടെ ഇടയിൽ ഈ ചട്ടക്കൂടിനെ വിമർശിക്കാനുള്ള ഒരു ശ്രമവും നടന്നില്ല. ഇന്ത്യയുടെ ഭൂതകാലത്തെ കണ്ടെത്താനുള്ള ശ്രമങ്ങളെല്ലാം വില്യം ജോൺസ്,

ജെയിംസ് മിൽ, എച്ച് ടി കോൾ ബ്രൂക്ക്, എച്ച് എച്ച് വിൽസൻ, ജെയിംസ് പ്രിൻസെപ് മുതലായി ഈസ്റ്റ് ഇന്ത്യ കമ്പനിയുടെ ഉദ്യോഗസ്ഥരായി നിയമിക്കപ്പെട്ടവരും, പിന്നീട് അലക്സാണ്ടർ കണ്ണിങ് ഹാം, വിൻസെന്റ് സ്മിത്ത് മുതലായ ബ്രിട്ടീഷ് ഗവണ്മെന്റ് ഉദ്യോഗസ്ഥരുമായിരുന്നു നടത്തിയത്. ഈ പഠനങ്ങളിൽ നിന്ന് ഉയരുന്ന സമീപനരീതികളെ അവർ ചോദ്യംചെയ്യുക എന്നത് അസംഭാവ്യവുമായിരുന്നു.

ചില കൊളോണിയൽ ചിന്താസമ്പ്രദായങ്ങളെ ദേശീയ ചരിത്രകാരൻമാർ ചോദ്യം ചെയ്തെങ്കിലും, ആര്യവംശസിദ്ധാന്തം അവയിലൊന്നായിരുന്നില്ല. ദേശീയവാദികളായ ഇന്ത്യൻ ചരിത്രകാരൻമാരിൽ ഭൂരിപക്ഷം ഉപജാതികളിൽനിന്നും (ബ്രാഹ്മണർ, ക്ഷത്രിയർ, കായസ്ഥാൻമാർ) മധ്യവർഗത്തിൽനിന്നും വന്നവരായതുകൊണ്ട് ആര്യവംശസിദ്ധാന്തം അവർക്ക് ആകർഷണീയമായിരുന്നു. സമൂഹൗന്നത്യത്തെക്കുറിച്ചുള്ള അവരുടെ അവകാശവാദങ്ങൾക്ക് ഈ സിദ്ധാന്തം അടിത്തറയായി. കൊളോണിയൽ ശക്തികളുടെ ഉത്ഭവസ്ഥാനത്തുനിന്നു തന്നെയാണ് സംസ്കൃതിക ഇന്ത്യൻ സംസ്കാരം ഉടലെടുത്തതെന്ന സൂചനയും അവരെ ആകർഷിച്ചു. ബ്രിട്ടീഷുകാർ ഇന്ത്യയിൽ വന്നത് വേർപിരിഞ്ഞുപോയ ബന്ധുക്കൾ ഒരുമിച്ചുവന്നതുപോലെയാണെന്നാണ് കേശബ് ചന്ദ്രസെൻ അഭിപ്രായപ്പെട്ടത്.

ഭൂതകാലത്തെക്കുറിച്ചുള്ള ഉപരിജാതി സമീപനത്തെ എതിർത്തവരും ഈ സിദ്ധാന്തത്തെ അംഗീകരിക്കുകയും സ്വന്തം ആവശ്യത്തിനായി അതിനെ ഉപയോഗിക്കുകയും ചെയ്തു. താഴ്ന്ന ജാതികളാണ് ഇന്ത്യയിലെ ആദിമനിവാസികളെന്നും ആര്യൻമാരിൽനിന്ന് ഉത്ഭവിച്ച ഉപരിജാതികൾ വിദേശികളാണെന്നും ബ്രാഹ്മണേതര പ്രസ്ഥാനങ്ങൾ വാദിച്ചു. ഒരു പ്രത്യേക ഭാഷ സംസാരിക്കുന്നവരും മറ്റൊരു ഭാഷ സംസാരിക്കുന്നവരും തമ്മിൽ വംശീയമായ അന്തരമുണ്ടെന്ന ധാരണയായിരുന്നു ഈ വാദത്തിന്റെയും പുറകിൽ. ഭാഷയും വംശവും തമ്മിലുള്ള സമവാക്യം പണ്ഡിതൻമാർ നിരാകരിച്ചുവെങ്കിലും ഇന്ത്യയുടെ ഭൂതകാലത്തെക്കുറിച്ചുള്ള യൂറോപ്യൻമാരുടെയും ഇന്ത്യക്കാരുടെയും കാഴ്ചപ്പാടുകളിൽ ഈ ആശയം വേരൂന്നിയിരുന്നു.

ആര്യവംശ സിദ്ധാന്തത്തിനെതിരായ ചോദ്യങ്ങൾ ഉയരുന്നത് പുതിയ തെളിവുകളിൽനിന്നും തെളിവുകളെ വിശകലനം ചെയ്യാൻ ഉപയോഗിക്കുന്ന പുതിയ മാർഗങ്ങളിൽനിന്നുമാണ്. പുരാവസ്തുശാസ്ത്രത്തിൽ നിന്നും ഭാഷാശാസ്ത്രത്തിൽനിന്നുമാണ് പുതിയ തെളിവുകൾ വരുന്നത്. അടുത്തകാലത്തായി ജാതിയെക്കുറിച്ച് പഠിക്കുന്ന രീതിയാണ് പുതിയ പഠനമാർഗങ്ങൾക്കുള്ള ഉദാഹരണം.

പുരാവസ്തുശാസ്ത്രപരമായ പ്രധാനപ്പെട്ട കണ്ടുപിടിത്തം സിന്ധുനദീതട സംസ്കാരത്തിന്റേതാണ്. കാലഗണനാപഠനങ്ങൾ കാണിക്കുന്നത് അത് വേദഗ്രന്ഥങ്ങളെക്കാൾ പഴക്കമുള്ളതാണെന്നാണ്. സിന്ധുനദീതട സംസ്കാരത്തിന്റെ കാലം 2500–1500 ബി സിയാണെങ്കിൽ വേദകാലം 1500–500 ബി സിയായാണ് കണക്കാക്കുന്നത്. വേദഗ്രന്ഥങ്ങൾക്ക് കൂടുതൽ കാലപ്പഴക്കമുണ്ടെന്ന് കാണിച്ചാൽ അവ ഈ സംസ്കാരത്തിന്റെ സമകാലീനമാകുമെന്ന് ചിലർ വിശ്വസിക്കുന്നു. എന്നാൽ, പുരാവസ്തുശാസ്ത്രവും വേദങ്ങളും സൂചിപ്പിക്കുന്ന സമൂഹങ്ങൾ തമ്മിൽ അന്തരമുണ്ടെന്ന് കാണാം. അതുകൊണ്ട് വേദങ്ങളെ ഈ സംസ്കാരത്തിന്റെ വിവരണങ്ങളായി കാണാനാവില്ല. സിന്ധൂനദീതട സംസ്കാരം നഗര സംസ്കാരമായിരുന്നു. അവർക്കൊരു ലിപിയുണ്ടായിരുന്നു. ചെമ്പ് ഉപയോഗിച്ചുള്ള സാങ്കേതികവിദ്യയാണ് അവർക്കുണ്ടായിരുന്നത്. കുതിര അവർക്ക് അപരിചിതമായിരുന്നു. അവർക്ക് മധ്യേഷ്യ, അഫ്ഘാനിസ്ഥാൻ, കിഴക്കേ ഇറാൻ എന്നിവ കൂടാതെ പേർഷ്യൻ ഗൾഫുമായും മെസപ്പൊട്ടേമിയയുമായും കച്ചവടബന്ധങ്ങളുണ്ടായിരുന്നു. വേദങ്ങൾ സൂചിപ്പിക്കുന്ന സമൂഹം ഇടയരുടെയും കൃഷിക്കാരുടെയുമാണ്. അവർക്ക് നഗര കേന്ദ്രങ്ങളെയോ വാണിജ്യത്തെയോകുറിച്ച് അറിവില്ലായിരുന്നു. ലിപിയില്ലായിരുന്നു. അവർ ഇരുമ്പുകൊണ്ടുള്ള സാങ്കേതികവിദ്യ ഉപയോഗിച്ചതായാണ് കാണുന്നത്. അവർ കുതിരകൾക്ക് പ്രായോഗികവും അനുഷ്ഠാനപരവുമായ പ്രാധാന്യം നൽകിയിരുന്നു. അവരുടെ ബന്ധങ്ങൾ മധ്യേഷ്യ, അഫ്ഘാനിസ്ഥാൻ, കിഴക്കേ ഇറാൻ എന്നീ പ്രദേശങ്ങളുമായിട്ടായിരുന്നു.

ആര്യൻമാരുടെ ആക്രമണം അന്നുണ്ടായിരുന്നെങ്കിൽ പുരാവസ്തു പഠനത്തിൽ നിന്ന് അതിന് തെളിവുകൾ ലഭിക്കണം. നഗരങ്ങളുടെ അധഃപതനത്തിലോ പിന്നീട് നടക്കേണ്ട വിപുലമായ നശീകരണത്തിലോ ഈ ആക്രമണത്തിന് തെളിവുകൾ കണ്ടെത്താം. കുറച്ചു ദശകങ്ങൾക്കുമുമ്പ് ആര്യൻ ആക്രമണം കൊണ്ടാണ് സിന്ധുനദീതട നഗരങ്ങൾ തകർന്നതെന്ന് മോർട്ടിമാർ വീലർ അഭിപ്രായപ്പെട്ടു. അദ്ദേഹത്തിന്റെ വാക്കുകളിൽ 'കുറ്റവാളി' ഇന്ദ്രനാണ്. കൂടുതൽ വ്യാപകവും വിശദവുമായ തെളിവുകൾ മറ്റൊരു ദിശയിലേക്കാണ് വിരൽ ചൂണ്ടുന്നത്. സിന്ധൂതട നഗരങ്ങളുടെ തകർച്ച ഒരു കാരണം കൊണ്ടു മാത്രമല്ല ഉണ്ടായത്. അവയുടെ പതനം ആര്യൻമാരുടെ അധിനിവേശ കാലത്ത് ഉണ്ടായതുമല്ല. തെളിവുകൾ കാണിക്കുന്നത് അധഃപതനത്തിന്റെ പ്രധാനഘടകങ്ങൾ പരിസ്ഥിതിമാറ്റങ്ങളായിരുന്നു (മോഹൻജൊദാരോയിലുണ്ടായ കനത്ത വെള്ളപ്പൊക്കം, കാർഷികോ

ൽപ്പാദനത്തെ ബാധിച്ച മറ്റു കാലാവസ്ഥാ മാറ്റങ്ങൾ മുതലായവ) എന്നാണ്. കുറച്ചുകൂടി പഠിക്കുകയാണെങ്കിൽ രാഷ്ട്രീയ സാമ്പത്തി കഘടനയിൽ വന്ന മാറ്റങ്ങൾക്കും അധഃപതനവുമായി ബന്ധമു ണ്ടെന്ന് കാണാൻ കഴിയും. ബി സി രണ്ടാം സഹസ്രാബ്ദത്തിൽ ഇന്ത്യയുടെ വടക്കുപടിഞ്ഞാറേഭാഗം ഒരു വൻകിട ആക്രമണത്തിന് വിധേയമായതായി കാണിക്കുന്ന തെളിവുകൾ ഇന്നില്ല.

പൊതുവെ അംഗീകരിക്കപ്പെടുന്നതുപോലെ, മധ്യേഷ്യയും കിഴക്കെ ഇറാനും ഇന്തോ-യൂറോപ്യൻ ഭാഷ സംസാരിക്കുന്നവർ താമസിച്ചിരുന്ന പ്രദേശങ്ങളായിരുന്നെങ്കിൽ പുരാവസ്തു ശാസ്ത്ര ത്തിന്റെ തെളിവുകൾ ബലുചിസ്താനും മധ്യേഷ്യയും തമ്മിലുണ്ടാ യിരുന്ന സമ്പർക്കത്തെ എടുത്തുകാട്ടുന്നു. പക്ഷേ, ഈ സമ്പർക്ക ങ്ങളെ സൂചിപ്പിക്കുന്ന മനുഷ്യനിർമിതികൾ വേദങ്ങളുടെ പ്രധാന ഭാഗങ്ങൾ മുഴുവൻ രചിക്കപ്പെട്ട പഞ്ചാബ്, ഹരിയാന, ഗംഗാ യമുനാനദീതടം എന്നീ പ്രദേശങ്ങളിൽ കാണുന്നില്ല. ആര്യൻമാർ ഇന്ത്യയിൽ ഉത്ഭവിച്ച് പശ്ചിമേഷ്യയിലേക്ക് വ്യാപിച്ചതാണെന്ന് വാദിക്കാനും സാധ്യമല്ല. കാരണം, അതിനുള്ള പുരാവസ്തു ശാസ്ത്രപ്രകാരമായ തെളിവുകളില്ല. സിന്ധുനദീതട നാഗരിക തകൾക്ക് ശേഷമുണ്ടായ പുരാവസ്തു സംസ്കാരം ചായമടിച്ച ചാരനിറമുള്ള പാത്രങ്ങളുടേതാണ്. അവ കാണപ്പെടുന്നത് വടക്കൻ രാജസ്ഥാൻ, പഞ്ചാബ്, ഹരിയാന, കിഴക്കെ ഉത്തർപ്രദേശ് എന്നിവിടങ്ങളിലാണ്. പിൽക്കാല വേദസാഹിത്യത്തിന്റെ കാലഘട്ട ത്തിൽ വരുന്ന പുരാവസ്തുക്കളുമായി കണക്കാക്കപ്പെടുന്ന പി ജി ഡബ്ല്യു സിന്ധുനദിക്കപ്പുറം പോകുന്നില്ല.

ഭാഷാശാസ്ത്രപരമായ തെളിവുകൾ ഈ അതിർത്തികൾ ലംഘിക്കുന്നുണ്ട്. വൈദികസംസ്കൃതവും ഇറാനിലെ അവെസ്റ്റനും സംസാരിക്കുന്നവരുടെ ഭാഷകൾ തമ്മിൽ സാമ്യമുണ്ട്. ഈ സാമ്യം പല ദശകങ്ങൾക്കുമുമ്പുതന്നെ കണ്ടെത്തിയതാണ്. ഇറാനിൽ നിന്നുള്ള കുടിയേറ്റക്കാരുടെ ചെറുഗ്രൂപ്പുകൾ വടക്കുപടിഞ്ഞാറേ ഇന്ത്യയുടെ അതിർത്തി പ്രദേശങ്ങളിൽ താമസിച്ചിരുന്നവരുമായി സമ്പർക്കം പുലർത്തിയിരിക്കാം. പരസ്പര കൈമാറ്റത്തിന്റെ പ്രക്രിയവഴി അവർ നിരവധി സമൂഹങ്ങളായി വേർതിരിഞ്ഞിരിക്കാം. ഇക്കൂട്ടത്തിൽ ഇന്തോ ആര്യൻ സംസാരിക്കുന്നവരും പെടുന്നു. ഇത്തരം സമൂഹങ്ങളെ നമുക്ക് ഭാഷവഴി മാത്രമേ വേർതിരിച്ചറിയാൻ കഴിയൂ. അതിനായി നിലനിന്ന സാഹിത്യകൃതികൾ ഉപയോഗ പ്പെടുത്തണം. ഇവരെക്കുറിച്ച് പരാമർശിക്കുമ്പോൾ ആര്യൻമാർ എന്നല്ല പറയേണ്ടത്. ആര്യഭാഷ കൃത്യമായി ഇന്തോ ആര്യൻ ഭാഷ-സംസാരിക്കുന്നവർ എന്നുവേണം പറയാൻ.

സിന്ധുനദീതടവാസികൾ സംസാരിച്ചിരിക്കാവുന്ന ഭാഷയെ

സംബന്ധിച്ച വിവാദം ഭാഷാശാസ്ത്രപരമായ തെളിവുകളെ പൊതു പ്രശ്നത്തിന്റെ ചർച്ചയിൽ കൊണ്ടുവരുന്നു. ഇപ്പോൾ ചർച്ച നടക്കുന്നത് പ്രധാനമായും സൈന്ധവഭാഷ പ്രാക്ദ്രാവിഡ ഭാഷാരൂപമാണെന്നു വാദിക്കുന്നവരും ഇന്തോ ആര്യൻ ഭാഷാരൂപമാണെന്നു വാദിക്കുന്നവരും തമ്മിലാണ്. ഈ രണ്ട് തരത്തിലും സൈന്ധവ ലിപി വായിക്കാൻ നടത്തിയ ശ്രമങ്ങൾ ചരിത്രകാരൻമാർക്ക് സ്വീകാര്യമായിട്ടില്ല. സൈന്ധവ ലിപി ഒരുതരത്തിലും മാറ്റവും പരിണാമവും സംഭവിക്കാത്ത ചരിത്രലിപിയായി തുടർന്നെങ്കിൽ, അത് സൂചിപ്പിക്കുന്നത് ഒന്നിലധികം ഭാഷ ഉപയോഗിക്കപ്പെട്ടിരിക്കാം എന്നാണ്.

വൈദികസംസ്കൃതത്തെക്കുറിച്ച് അടുത്തകാലത്ത് നടത്തപ്പെട്ട ഭാഷാശാസ്ത്രപഠനങ്ങൾ മുമ്പ് നിലവിലിരുന്ന ധാരണകളിൽ നിന്ന് വ്യത്യസ്തമായ ചിത്രമാണ് നൽകുന്നത്. അനാര്യപദങ്ങളും പ്രയോഗരൂപങ്ങളും ഏറ്റവും പ്രാചീനമായ ഋഗ്വേദത്തിൽ തന്നെ കണ്ടെത്തിയിട്ടുണ്ട്. ഇവ പിൽക്കാല വേദങ്ങളിൽ വർധിക്കുന്നു. ഉദാഹരണത്തിന് കലപ്പയ്ക്ക് ഉപയോഗിക്കുന്ന ലാംഗലം എന്ന പദം അനാര്യമാണ്. പുരാവസ്തുശാസ്ത്രത്തിന്റെ തെളിവുകൾ കാണിക്കുന്നത് കലപ്പ ഉപയോഗിച്ചുള്ള കൃഷിക്ക് സിന്ധുനദീതട സംസ്കാരത്തിന് തൊട്ടുമുമ്പുള്ള കാലം വരെ പഴക്കമുണ്ടെന്നാണ്. വൈദിക സംസ്കൃതത്തിന്റെ മേലുള്ള അനാര്യൻ സ്വാധീനം ആര്യ-അനാര്യ ഭാഷകൾ തമ്മിലുള്ള സമന്വയാത്മകമായ ബന്ധങ്ങളെയും, ഒരുപക്ഷേ ദ്വിഭാഷാസമ്പ്രദായത്തെയും സൂചിപ്പിക്കുന്നു.

സംസ്കൃതത്തിൽ തന്നെ മാറ്റങ്ങൾ സംഭവിച്ചിട്ടുണ്ടെന്ന് വ്യക്തമായി തെളിയിക്കപ്പെട്ടിട്ടുണ്ട്. വേദങ്ങളോടൊപ്പം തന്നെ ശബ്ദോൽപ്പത്തി സംബന്ധമായ രചനകൾ ഉണ്ടായത് ഭാഷയിൽ വന്നുകൊണ്ടിരുന്ന മാറ്റത്തെ കാണിക്കുന്നു. ബി സി അഞ്ചാം ശതാബ്ദത്തിന്റെ അന്ത്യത്തിൽ ഉണ്ടായതെന്ന് കണക്കാക്കുന്ന പാണിനിയുടെ വ്യാകരണം ഈ മാറ്റത്തിന്റെ മറ്റൊരു സൂചികയാണ്. ഇക്കാലത്ത് സംസ്കൃതത്തിന്റെ വ്യത്യസ്തരൂപങ്ങളെയും വാമൊഴികളെയും കുറിച്ച് തെളിവുകളുണ്ട്. ഇത്തരത്തിലുള്ള മാറ്റങ്ങളെ വാമൊഴിയുടെ പരിണാമത്തിന്റെയും സംസ്കൃതം ഉപയോഗിക്കുന്നവർ ആ ഭാഷ ഉപയോഗിച്ചുതുടങ്ങിയതിന്റെയും അടിസ്ഥാനത്തിൽ വിശദീകരിക്കാം. സംസ്കൃതം അതിന്റെ വികാസത്തിന്റെ ഘട്ടത്തിൽതന്നെ, പ്രാദേശിക ഭാഷാരൂപങ്ങളുമായി ഇണങ്ങിച്ചേർന്നുകൊണ്ടിരുന്നു.

ജാതിവ്യവസ്ഥയെക്കുറിച്ചുള്ള പഠനങ്ങൾ ജാതികളെ വ്യത്യസ്ത വംശീയ രൂപങ്ങളായി കണ്ടുവന്ന ലളിതമായ ധാരണകളിൽ നിന്ന് ബഹുദൂരം മുന്നോട്ടുപോയിരിക്കുന്നു. വേദങ്ങളെഴുതിയ ബ്രാഹ്മണർ, പ്രചരിപ്പിച്ച ചാതുർവർണ്യ സിദ്ധാന്തം സമൂഹ

വിഭജനത്തെക്കുറിച്ചുള്ള പ്രതീകാത്മക വിശദീകരണങ്ങളായിരുന്നു. ജാതിവ്യവസ്ഥയെപ്പോലുള്ള സങ്കീർണമായ സമൂഹഘടന ബ്രാഹ്മണർ, ക്ഷത്രിയർ, വൈശ്യർ, ശൂദ്രർ, അഞ്ചാമത്തെ വിഭാഗമായി അയിത്ത ജാതിക്കാർ ഇങ്ങനെയുള്ള ലളിതമായ സമൂഹവിഭജനത്തിൽ നിന്ന് വളർന്നുവന്നുവെന്നത് അസംഭാവ്യമാണ്. ചാതുർവർണ്യം സമൂഹവിഭജനത്തെ പ്രതിഫലിപ്പിക്കുന്നതിനോടൊപ്പം ആദർശവൽക്കരിക്കുകയും ചെയ്തിരിക്കാം. ജാതിവ്യവസ്ഥയ്ക്ക് മറ്റു മാർഗരൂപങ്ങളും ഊന്നലുകളും ആവശ്യമാണ്.

പാർപ്പിടസ്ഥാനം, പരിസ്ഥിതി, വിഭവലഭ്യത, സാങ്കേതികവിദ്യ, സാമൂഹ്യാചാരങ്ങളിലെ വ്യത്യാസം, അനുഷ്ഠാനപരമായ ശുദ്ധിയെ സംബന്ധിച്ച ആശയങ്ങൾ മുതലായ നിരവധി ഘടകങ്ങൾ കൂട്ടിപ്പിണഞ്ഞാണ് ജാതികൾ വളർന്നുവരുന്നത്. പാരമ്പര്യം പല തട്ടുകളായുള്ള ക്രമീകരണം, പ്രത്യേകമായ വിവാഹബന്ധങ്ങളും ദായക്രമങ്ങളും പരസ്പരം നൽകുന്ന സേവനത്തെക്കുറിച്ചുള്ള സങ്കൽപ്പം ഇവയെല്ലാം ജാതിസമൂഹത്തിന്റെ സ്വഭാവവിശേഷങ്ങളാണ്. വ്യത്യസ്തകാലങ്ങളിൽ ചരിത്രപരമായ മാറ്റങ്ങൾക്ക് അനുസരിച്ച് ഈ ഘടകങ്ങളിൽ വരുന്ന പരിണാമത്തെ ഒരു സാമൂഹ്യചരിത്രകാരൻ പഠിക്കേണ്ടതുണ്ട്. ജാതിയുടെ രൂപീകരണത്തിൽ ദായബന്ധങ്ങളുടെ വ്യത്യസ്ത രൂപങ്ങളുടെയും തൊഴിലിന്റെയും പ്രാധാന്യത്തെക്കുറിച്ച് ചരിത്രം നിരവധി തെളിവുകൾ നൽകുന്നുണ്ട്. ജനങ്ങൾ അഥവാ ഗോത്രവർഗ സമൂഹത്തിൽനിന്ന് ജാതിവ്യവസ്ഥയിലേക്കുള്ള മാറ്റത്തെക്കുറിച്ചും തെളിവുകളുണ്ട്.

സംസ്കൃതിക സംസ്കാരത്തിനോടുള്ള ഇണങ്ങിച്ചേരലാണ് പ്രധാനവശം. സംസ്കൃതികമെന്ന് വിളിക്കപ്പെടുന്നത് കാലത്തിനനുസരിച്ച് മാറുന്നുണ്ട്. ചില അവസരങ്ങളിൽ സംസ്കൃതികം സംസ്കൃതികേതര പ്രാദേശിക സംസ്കാരങ്ങളെ ഉൾക്കൊള്ളുന്നു. ചിലപ്പോൾ ഈ പ്രക്രിയ നേരെ തിരിച്ചാകാം. സംസ്കൃതിക സംസ്കാരത്തിന്റെ കാമ്പ് നിലനിൽക്കുമെങ്കിലും കൂടുതൽ സംസ്കൃതികേതരത്തിന്റെ അംശം കൂടുതലായിക്കാണാം. ജാത്യാചാരങ്ങളും ഇതുപോലെ കാലഘട്ടത്തിന് അനുസരിച്ച് മാറുന്നുണ്ട്. ശരിയായ പെരുമാറ്റം എന്തായിരിക്കണമെന്നതിനെക്കുറിച്ച് ഒരു പ്രത്യേക ജാതിയിലെ നിർവചനം മുൻകാലഘട്ടങ്ങളുടേതിൽ നിന്ന് നേരെ മറിച്ചായിരിക്കും. നല്ല ബ്രാഹ്മണൻ പശുവിനെപ്പോലുള്ള യജ്ഞമൃഗത്തിന്റെ മാംസം ഭക്ഷിക്കണമെന്നും മയക്കുമരുന്നിന്റെ സ്വഭാവമുള്ള സോമയജ്ഞങ്ങളുടെ ഭാഗമായി കുടിക്കണമെന്നുമുള്ള നിബന്ധനകൾ വേദങ്ങളിൽ വ്യക്തമായുണ്ട്. എന്നാൽ പിന്നീട്, നല്ല ബ്രാഹ്മണൻ വിധിപ്രകാരമുള്ള ചടങ്ങുകളിൽ പോലും മാംസവും മദ്യവും കഴിക്കരുതെന്ന വിലക്കുകൾ ഉണ്ടായി.

ജാതികൾക്ക് അഖിലേന്ത്യാ സ്വഭാവമല്ല പ്രാദേശിക സ്വഭാവമാണുള്ളത്. അതുകൊണ്ട് ഉപരിജാതികൾ സ്വന്തം പാരമ്പര്യത്തെ പ്രാചീനകാലവുമായി ബന്ധിപ്പിച്ച വംശശുദ്ധിയെക്കുറിച്ച് അവകാശവാദം ഉന്നയിക്കുന്നത് ന്യായീകരിക്കാനാവില്ല. ഇത് ആശ്ചര്യകരമല്ല. കാരണം പ്രാദേശികതലങ്ങളിൽ വിവിധ ജാതികളിലേക്ക് ആളുകൾ പരിവർത്തനം ചെയ്യപ്പെട്ടിരുന്നു. ഈ ജാതികളെ പല തട്ടുകളായി വിഭജിക്കുകയും ചെയ്തിരുന്നു. അത്തരം വിഭജനത്തിൽ ജാതികൾ സമൂഹത്തിൽ എത്താവുന്ന ഏറ്റവും ഉന്നതസ്ഥാനം പ്രാപിക്കാൻ ശ്രമിക്കുകയും ചെയ്തു. ജാതിയുടെ പൊതുഘടനയിലുള്ള പ്രാദേശിക വ്യതിയാനങ്ങൾ ശുദ്ധമായ ഒരു വംശത്തിന്റെ വ്യാപനമാണ് ഇവിടെ നടന്നതെന്നും അവർ സ്വന്തം ശുദ്ധിയും പദവിയും എല്ലാകാലങ്ങളിലും നിലനിർത്തിപ്പോന്നുവെന്നും ഉള്ള വാദങ്ങളെ നിരർഥകമാക്കുന്നു. ഇന്നത്തെ നരവംശശാസ്ത്രജ്ഞൻമാർ പത്തൊമ്പതാം നൂറ്റാണ്ടിൽ രൂപംകൊണ്ട വംശസങ്കൽപ്പത്തെ പൊതുവെ നിരാകരിക്കുകയാണ്. ജാതിയുടെ വ്യക്തിത്വം വംശത്തിന്റെ അടിസ്ഥാനത്തിലല്ല നിലനിൽക്കുന്നത്. മറ്റ് ഘടകങ്ങളനുസരിച്ചാണ്, എങ്കിലും, വംശം ഇന്നും പൊതുജനങ്ങളുടെ ഇടയിൽ ഉപയോഗിക്കപ്പെടുന്ന പദമാണ്.

ചരിത്രത്തിന്റെ തെളിവുകൾ ആര്യവംശ സിദ്ധാന്തത്തെ സ്ഥിരീകരിക്കുന്നില്ല. വംശത്തിന്റെ വ്യാപനമല്ല ചരിത്രകാരന്റെ വിഷയം. ഭാഷയുടെ വ്യാപനമാണ്. ലോകത്തിന്റെ വിവിധഭാഗങ്ങളിൽ നിന്നും ചരിത്രത്തിന്റെ വിവിധഘട്ടങ്ങളിൽ നിന്നുമുള്ള തെളിവുകളിൽനിന്ന് മനസിലാകുന്നത് വ്യത്യസ്ത വംശങ്ങളിൽപ്പെട്ടവർ കുടിയേറ്റം, കച്ചവടം, ആക്രമണവും പീഡനവും മുതലായവ വഴി ഒന്നിച്ചുചേർന്നാൽ, അവരെല്ലാവരും ഒരേ ഭാഷ ഉപയോഗിക്കാൻ തുടങ്ങുമെന്നതാണ്. ബി സി ഒന്നാം സഹസ്രാബ്ദത്തിൽ എന്തുകൊണ്ട് ഉത്തരേന്ത്യയിൽ ഇന്തോ–ആര്യൻ ഭാഷ പ്രചരിച്ചുവെന്നത് ഒരു പ്രാചീനേന്ത്യൻ ചരിത്രകാരൻ വിശദീകരിക്കേണ്ടതാണ്. ഈ ഭാഷ ഉപയോഗിച്ചവർ നിരവധി വംശങ്ങളിൽ നിന്നു വന്നവരാകാം. ഈ ഭാഷ എന്തുകൊണ്ട് ഉത്തരേന്ത്യയിൽ വരേണ്യവിഭാഗങ്ങൾ ഉപയോഗിച്ചുവെന്നതാണ് പ്രധാനം. വിപുലമായ ആക്രമണങ്ങളുടെയും വിജയങ്ങളുടെയും അഭാവത്തിൽ മറ്റ് ഘടകങ്ങൾ പരിഗണിക്കേണ്ടതുണ്ട്. ഇരുമ്പും കുതിരയും രഥവും ഉപയോഗിക്കുന്ന ഉയർന്ന സാങ്കേതികവിദ്യയുമായി ഈ ഭാഷയ്ക്ക് ബന്ധമുണ്ടായിരുന്നതുകൊണ്ടാണോ സമൂഹത്തിലെ വരേണ്യവിഭാഗങ്ങളെ ആകർഷിക്കാൻ സാധിച്ചത്? ഈ ഭാഷ സംസാരിച്ചവർ കൃഷി പ്രവർത്തനത്തെ സഹായിച്ച പുതിയ കാലഗണനാക്രമം (കൂടുതൽ കൃത്യമായ കലണ്ടർ ഉദാഹരണം) ആവിഷ്കരിച്ചിരുന്നോ?

വേദങ്ങൾ ശത്രുക്കളുടെ നാശത്തിന്റെ പ്രാധാന്യത്തെ ഊന്നിപ്പറയുന്നുണ്ട്. പല മന്ത്രങ്ങളും ചടങ്ങുകളും സംഹാരകനെ സ്തുതിച്ചുകൊണ്ടുള്ളതും ശത്രുവിന്റെമേലുള്ള അന്തിമ വിജയത്തിനുള്ള മാർഗവുമാണ്. ശത്രുവിനെ ദാസൻമാരെന്നും ദസ്യുക്കളെന്നും വിളിക്കുന്ന അവസരങ്ങളുണ്ട്. പല അവസരങ്ങളിലും ശത്രു സ്വന്തം സംസ്കാരത്തിൽപ്പെട്ട മറ്റൊരു ഗണത്തിലുള്ളവരായിരിക്കും. ഇത്തരത്തിലുള്ള പടയോട്ടങ്ങളും യുദ്ധങ്ങളും ഇടയരുടെ സമൂഹങ്ങളിലും, കൃഷിക്കുവേണ്ടി ഭൂമി വെട്ടിത്തെളിയിക്കുന്നവരുടെ ഇടയിലും സാധാരണമാണ്. വേദങ്ങൾ പരാമർശിക്കുന്നതും അത്തരത്തിൽ പെട്ടവരാണ്. വിഭവങ്ങൾക്കുവേണ്ടി ഗണങ്ങൾ തമ്മിലുള്ള മത്സരം തീവ്രമായിരുന്നു. പലപ്പോഴും വിവാഹബന്ധങ്ങളും വിവിധ ഗണങ്ങൾ തമ്മിലുള്ള കൂടിക്കലരലും ഇതിനെ സഹായിക്കുകയും ചെയ്തിരുന്നു. മഹാഭാരതയുദ്ധത്തിലെ പ്രധാന കഥാപാത്രങ്ങളുടെ പൂർവികൻമാരായിരുന്ന പുരുക്കൾ തെറ്റായി സംസ്കൃതം പറയുന്ന ഒരു അസുര രാക്ഷസനിൽനിന്ന് ജനിച്ചവരാണെന്നാണ് വൈദിക സാഹിത്യം പറയുന്നത്. എന്നിട്ടും ആധുനിക പണ്ഡിതൻമാർ പുരുക്കളെ ശുദ്ധ ആര്യൻമാരായി കണക്കാക്കുന്നു.

പുരാവസ്തുശാസ്ത്രം, ഭാഷാശാസ്ത്രം, സാഹിത്യകൃതികൾ എന്നിവയിൽ നിന്ന് ലഭിക്കുന്ന വസ്തുതാപരമായ തെളിവുകൾ ആര്യവംശസിദ്ധാന്തത്തെ പിന്തുണയ്ക്കുന്നില്ല. ഇത് ചരിത്രകാരനുമാത്രം താൽപ്പര്യമുള്ള കാര്യമല്ല. മറ്റുപലരും ഈ സിദ്ധാന്തത്തെ ഉപയോഗിച്ചിട്ടുണ്ട്. ആധുനിക ഇന്ത്യക്കാരന്റെ വ്യക്തിത്വത്തെ മനസിലാക്കുന്നതിന് മൗലികമായ ഘടകമായി ഈ സിദ്ധാന്തത്തെ ഉപയോഗിക്കുന്നുണ്ട്. നമ്മുടെ ഉത്ഭവത്തെക്കുറിച്ച് വിശദീകരിക്കുന്ന ഒരു സിദ്ധാന്തത്തെ, അത് അബദ്ധമായിട്ടുപോലും, ഉയർത്തിപ്പിടിക്കുന്നതിലാണ് ഏറ്റവും വലിയ അപകടമുള്ളത്. ജാതിയിൽ നിന്ന് വർഗത്തിലേക്കുള്ള ഇന്ത്യൻ മധ്യവർഗത്തിന്റെ മാറ്റത്തിൽ വ്യക്തിത്വത്തിന്റെ പ്രശ്നം വളരെ പ്രധാനമാണ്. കഴിഞ്ഞ നൂറുകൊല്ലമായി ഈ പരിവർത്തനത്തിനു വിധേയരാകുന്ന വിഭാഗങ്ങളാണ് ഈ സിദ്ധാന്തം ആവേശത്തോടെ ഉൾക്കൊള്ളുന്നത്.

ഈ സ്ഥിതി ഇന്ത്യൻ സമൂഹത്തിന്റെ മാത്രം സവിശേഷതയല്ല. ഇതേപോലെയുള്ള പരിവർത്തനങ്ങൾക്ക് വിധേയരാകുന്ന എല്ലാ സമൂഹങ്ങൾക്കും വംശീയമായ ഉത്ഭവത്തെയും വ്യക്തിത്വത്തെയും സംബന്ധിച്ച സിദ്ധാന്തങ്ങൾ പരിചിതമാണ്. ഇരുപതാം നൂറ്റാണ്ടിന്റെ ആദ്യഘട്ടത്തിലെ ജർമനിയിൽ മധ്യവർഗത്തിന്റെ വികാസത്തെയും സാമൂഹ്യ മാറ്റത്തെയും സംബന്ധിച്ച അനിശ്ചിതത്വമാണ് ആര്യൻ മിത്തിന്റെ സഹായത്തോടെ വളർന്ന ഫാസിസ

ത്തിന്റെ മൂലകാരണങ്ങളിൽ ഒന്നെന്ന് വാദിക്കപ്പെട്ടിട്ടുണ്ട്. ഈ അനുഭവം ഒരു സമൂഹത്തിന്റെ ഉത്ഭവത്തെയും വ്യക്തിത്വത്തെയും പറ്റിയുള്ള സിദ്ധാന്തങ്ങൾ വളരെ ശ്രദ്ധിച്ചു കൈകാര്യം ചെയ്യേണ്ട താണെന്ന് നമ്മെ പഠിപ്പിക്കുന്നു. ഇല്ലെങ്കിൽ, ഒരു സമൂഹത്തെ ആകമാനം തകർക്കുന്ന രീതിയിലുള്ള പൊട്ടിത്തെറികളായി മാറാൻ സാധ്യതയുണ്ട്. ചരിത്രത്തിന്റെ പേരിൽ സമൂഹം ചരിത്രപരമായ ആശയങ്ങളെ ദുരുപയോഗപ്പെടുത്തുന്നതിനെക്കുറിച്ച് ചരിത്രകാരൻ മാർ ജാഗരൂകരാകേണ്ടതുണ്ട്.

മതസമുദായങ്ങളുടെ രാഷ്ട്രീയം

ഇന്ത്യയുടെ വിഭജനം വർഗീയകലാപങ്ങളെ ഇല്ലാതാക്കുമെന്ന പൊതുവിശ്വാസം 1947–ൽ വിഭജനകാലത്തുണ്ടായിരുന്നു. ഒരു പ്രത്യേക മുസ്ലീം രാഷ്ട്രത്തിനുവേണ്ടി വാദിക്കുന്നവരെല്ലാം പാകിസ്താനിലേക്ക് കുടിയേറുമല്ലോ. ഇന്ന് ഉയർത്തപ്പെടുന്ന എല്ലാ മുസ്ലീങ്ങളും പാക്കിസ്താന്റെ സന്തതികളാണെന്നും അവർ അവിടെ പോകണമെന്നുമുള്ള മുദ്രാവാക്യങ്ങളുടെ ഭാഗികമായ കാരണമാണത്. ഇന്ത്യയുടെ വിഭജനത്തെപ്പറ്റിയുള്ള തെറ്റായ ധാരണയിൽ നിന്നാണ് ഈ മനോഭാവം ഉയരുന്നത്. ബഹുമത സമൂഹത്തിന്റെ സങ്കീർണതകൾ മനസിലാക്കുന്നതിലുള്ള പരാജയത്തെയും ഇത് കാണിക്കുന്നു. ഒരു വർഗീയ കലാപത്തിന്റെ പരിഹാരം മതാധിഷ്ഠിത രാഷ്ട്രങ്ങളല്ല എന്നത് കിഴക്കേ പാക്കിസ്താൻ ബംഗ്ലാദേശായി മാറിയതിൽനിന്നും പാക്കിസ്താനിൽ തന്നെ വ്യത്യസ്ത ഗ്രൂപ്പുകൾ തമ്മിൽ നടത്തുന്ന സംഘട്ടനങ്ങളിൽ നിന്നും വ്യക്തമായിരിക്കുന്നു. ഇസ്ലാമിക സമുദായത്തിൽപ്പെട്ടവർ തന്നെയാണ് തമ്മിൽ കലഹിക്കുന്നത് എന്നതുകൊണ്ട് അക്രമത്തിന്റെ തീക്ഷ്ണത കുറയുന്നില്ല.

മതസമുദായങ്ങളാണ് ആധുനിക രാഷ്ട്രീയപ്രവർത്തനത്തിന്റെ യൂണിറ്റെന്ന ധാരണയുടെ വേരുകൾ പത്തൊമ്പതാം നൂറ്റാണ്ടിലാണ് കാണുന്നത്. ബ്രിട്ടീഷുകാർ ഇന്ത്യൻ സമൂഹത്തെ മതസമുദായങ്ങളുടെ അടിസ്ഥാനത്തിലാണ് കണ്ടതെന്ന് അവരുടെ ഇന്ത്യൻ സമൂഹശാസ്ത്ര പഠനങ്ങളിൽ നിന്ന് വ്യക്തമാണ്. ഈ കാഴ്ചപ്പാട് രാഷ്ട്രീയ പ്രാതിനിധ്യത്തിലേക്കുവരെ വ്യാപിക്കുകയും മതത്തെ മുൻനിർത്തി നിർവചിക്കപ്പെട്ട വ്യത്യസ്ത സമ്മതിദായകരെപ്പറ്റിയുള്ള ധാരണകളിലെത്തുകയും ചെയ്തു. വ്യത്യസ്ത സമ്മതിദായകത്വത്തെ ഇന്ത്യക്കാർ സ്വീകരിച്ചത് സാമൂഹ്യവും രാഷ്ട്രീയവുമായ വൈവിധ്യത്തെ മതാധിഷ്ഠിതമായി കണ്ടുതുടങ്ങിയിരിക്കുന്നു എന്നതിന്റെ സൂചനയായിരുന്നു.

കൊളോണിയൽ ആവശ്യങ്ങൾക്കായി രണ്ടു വ്യത്യസ്ത സമുദാ

യങ്ങളുണ്ടായിരുന്നു. കൂടുതൽ വലുതും ബുദ്ധമതക്കാർ, ജൈനൻമാർ, സിഖുകാർ എന്നിവരടങ്ങിയതുമായ സമൂഹത്തെ ഹിന്ദു എന്ന പേരിൽ വിളിച്ചു. ഭൂരിപക്ഷ സമുദായമായി അവരെ കണക്കാക്കി. കൂടുതൽ എളുപ്പത്തിൽ നിർവചിക്കാവുന്ന മുസ്ലീങ്ങളെയും ക്രിസ്ത്യാനികളെയും ന്യൂനപക്ഷ സമുദായങ്ങളെന്ന് വിളിക്കുകയും ചെയ്തു. പട്ടികജാതി-പട്ടികവർഗങ്ങളെന്ന് ഭരണഘടനാപരമായി വിളിക്കുന്ന വിഭാഗങ്ങളും ന്യൂനപക്ഷങ്ങളിൽ ഉൾപ്പെട്ടിരുന്നു. എങ്കിലും ന്യൂനപക്ഷ സമുദായങ്ങളെന്ന പേര് മുസ്ലീങ്ങൾക്കായിരുന്നു പൊതുവായി ബാധകമായിരുന്നത്. ഇന്ന് നമ്മൾ ന്യൂനപക്ഷ സമുദായങ്ങളെ പരാമർശിക്കുമ്പോൾ സിഖുകാരെയും ഉൾപ്പെടുത്തേണ്ടിവരും.

സമൂഹങ്ങൾ സ്വയം നിർവചിക്കുന്നത്. ഇന്ത്യയിൽ മതസമുദായങ്ങൾ എന്ന ആശയത്തെ എടുത്ത് കൂടുതൽ ശക്തിപ്പെടുത്തി ഭൂരിപക്ഷ-ന്യൂനപക്ഷസമുദായങ്ങളെന്ന നിലയിൽ വേർതിരിച്ചിരിക്കുന്നു. ഇന്ന് ഹിന്ദുസമുദായത്തിൽ ഉൾപ്പെടുന്ന വിഭാഗങ്ങൾ പ്രാഗ്-ആധുനികഘട്ടത്തിൽ ഒരു സമുദായമായി സ്വയം അംഗീകരിച്ചിരുന്നുവോ എന്നത് തർക്കവിഷയമാണ്. വിവിധ ജാതികളുമായി ബന്ധപ്പെട്ടിരുന്ന ആചാരവിശ്വാസങ്ങൾ അടങ്ങിയ പ്രാചീന ഹിന്ദുമതത്തിന് സെമിറ്റിക് മതങ്ങളുടെ ഏകീകരിക്കപ്പെട്ട അടഞ്ഞ സ്വഭാവമില്ലായിരുന്നുവെന്ന് വാദിക്കപ്പെട്ടിട്ടുണ്ട്. പ്രാഗ്-ആധുനിക ഘട്ടത്തിലുണ്ടായിരുന്നത് ഭാഷ, ജാതി, ആചാരങ്ങൾ എന്നിവയാൽ വേർതിരിക്കപ്പെട്ട സമുദായങ്ങളുടെ കൂട്ടമായിരുന്നു. അവർക്ക് പല സ്വഭാവങ്ങളിലും സമാനതയുണ്ടായിരുന്നു എന്നല്ലാതെ ഐകരൂപ്യമുള്ള സാർവലൗകിക സ്വഭാവം പ്രദർശിപ്പിച്ചില്ല. ഐകരൂപ്യത്തിന്റെ നിദർശനമായി തെറ്റിദ്ധരിക്കപ്പെടുന്ന ബ്രാഹ്മണ സംസ്കാരം വരേണ്യ വർഗസംസ്കാരം മാത്രമായിരുന്നു.

ജാതികൾ തമ്മിലുള്ള ബന്ധത്തെ ദൃഢപ്പെടുത്താനും സമൂഹവിഭാഗങ്ങൾക്ക് കുറെക്കൂടി വലിയ പരിവേഷം നൽകാനും വേണ്ടി കഴിഞ്ഞ നൂറ്റാണ്ടിൽ സ്വീകരിക്കപ്പെട്ട ബദൽരൂപമാണ് മതസമുദായങ്ങളുടെ ആശയം. ജാതിക്കുപകരം മതസമുദായത്തെ പ്രതിഷ്ഠിക്കുന്നതിനോടുള്ള എതിർപ്പ് ദേശീയ പ്രസ്ഥാനത്തിനുള്ളിലും അതിനുശേഷവും വൻതോതിലുള്ള ആശയസംഘട്ടനത്തിന് കാരണമായിട്ടുണ്ട്. ഇതിന്റെ അർഥം ജാതികളിലേക്ക് തിരിച്ചുപോകണമെന്നല്ല.

മതസമുദായമെന്ന ആശയം ഇന്ത്യൻ സംസ്കാരത്തിന്റെ അടിസ്ഥാനഘടകമല്ലെന്ന് മനസിലാക്കുകയാണ് വേണ്ടത്.

മതേതരത്വത്തെ വർഗീയതക്കെതിരായി അവതരിപ്പിച്ചത് ഒരുതലത്തിൽ പ്രശ്നത്തെ നേരിട്ട് അഭിമുഖീകരിക്കാൻ പര്യാപ്തമാക്കിയില്ല. പൊതുജീവിതത്തിൽ മതപരമായ വ്യക്തിത്വത്തെ നിഷേധിച്ചതുകൊണ്ട് മാത്രമായില്ല. മറ്റുതരത്തിലുള്ള വ്യക്തിത്വത്തെ പ്രോത്സാഹി

പ്പിക്കുകയും വേണം. ഇവയും നമുക്ക് ഭൂതകാലത്തിന്റെ കൂടുതൽ അപഗ്രഥനാത്മകമായ പഠനങ്ങളിൽനിന്ന് ലഭിക്കും. അവിടെ അന്തർസമുദായബന്ധങ്ങളുടെ വൈവിധ്യപൂർണമായ ഭാവരൂപങ്ങളെ പരിശോധിക്കുകയും മനസിലാക്കുകയും വേണം. നാൽപ്പതുകളിൽ വർഗീയത സൃഷ്ടിച്ച ഭീതിയെ ശമിപ്പിച്ചത് മതേതരത്വത്തിന് പ്രാധാന്യം നൽകിക്കൊണ്ടുള്ള ഭരണഘടന അംഗീകരിച്ചതാണ്. പക്ഷേ, ഭരണതലത്തിൽ മതേതരത്വത്തിന്റെ മന്ത്രം ഉരുവിട്ടുവെങ്കിലും അത് നടപ്പിലാക്കുന്നുവെന്ന് ഉറപ്പുവരുത്താൻ സാധിച്ചില്ല.

ഇന്ന് നമ്മുടെ ജീവിതങ്ങളിൽ 1989 നവംബറിൽ* കണ്ടതു പോലുള്ള വർഗീയതയുടെ പ്രാധാന്യം മുമ്പെന്നത്തെക്കാളും അധികം ചർച്ചചെയ്യപ്പെടുന്നത് കഴിഞ്ഞ തിരഞ്ഞെടുപ്പിൽ ബി ജെ പിക്കുണ്ടായ രാഷ്ട്രീയവിജയം കൊണ്ടാണ്. വർഗീയത വളർന്നു വരികയാണെന്ന് കഴിഞ്ഞ കുറെ വർഷങ്ങളായി വാദിച്ചുപോന്നവർക്ക് ഇത് അദ്ഭുതകരമല്ല. രാഷ്ട്രീയത്തിനപ്പുറം കടക്കുന്ന ഒരു മാറ്റത്തെ തിരിച്ചറിയാൻ ഇത്തരത്തിലുള്ള ഒരു രാഷ്ട്രീയ ബഹിർപ്രകടനം ആവശ്യമായിരുന്നു. ഇക്കഴിഞ്ഞ തിരഞ്ഞെടുപ്പിൽ ബി ജെ പി വലതുപക്ഷ രാഷ്ട്രീയത്തെയും കൂടിയാണ് പ്രതിനിധീകരിക്കുന്നത്. അത് അപ്രതീക്ഷിതമല്ലെങ്കിലും വിസ്മയാവഹമാണ്. ബി ജെ പി പൂർണമായി വർഗീയമായ വഴിക്കുപോയി വിശ്വഹിന്ദുപരിഷത്തിന്റെ ആവശ്യങ്ങളെ പിന്തുണക്കുമോ അതോ അധികാരത്തിന്റെ സ്വാദ് അതിനെ വിശ്വഹിന്ദുപരിഷത്തിൽ നിന്ന് അകന്നുനിൽക്കാൻ പ്രേരിപ്പിക്കുമോ എന്നതു കാണുക രസകരമാണ്.

അതിനേക്കാൾ പരിഭ്രാന്തിയുളവാക്കുന്നത് ഇന്ത്യൻ സമൂഹത്തിന്റെ വർഗീയവൽക്കരണമാണ്. വ്യത്യസ്തമായ മതസമൂഹങ്ങൾ, പ്രത്യേകിച്ച് ഹിന്ദുക്കളും മുസ്ലീങ്ങളും സിഖുകാരും സംഘട്ടനം നടത്തുന്നു. മതപരമായ വ്യക്തിത്വത്തെ മനഃപൂർവം ആവർത്തിച്ചുറപ്പിക്കുന്നു. അത്തരത്തിലുള്ള ഒരു നീക്കം ആവശ്യമാണോ അല്ലയോ എന്നത് പ്രശ്നമല്ല. ഈ വർഗീയതകളുടെ പ്രധാനഘട്ടം ഇന്നത്തെ കാലമല്ല, അവയുടെ വേരുകൾ ഇക്കഴിഞ്ഞ കാലത്താണുള്ളത്. ഇന്നത്തെ സാമൂഹ്യരാഷ്ട്രീയവേദികളിൽ നിരവധി ശാഖകൾ, സേനകൾ, പരിഷത്തുകൾ, സമ്മേളനങ്ങൾ, ലീഗുകാർ, ജമാ–അത്തുകൾ, അല്ലാഹുവിന്റെ കടുവകൾ, കൂടാതെ ദംദമി തക്സൽ–തുടങ്ങിയവയാണ് പ്രകടമായി കാണുന്നത്. ഇവയുടെയെല്ലാം കേന്ദ്രഭാഗം വളരെ ഇടുങ്ങിയതും അക്രമാസക്തവും മതപരമായ മുദ്രാവാക്യങ്ങളാൽ പ്രകടിപ്പിക്കപ്പെടുന്നതുമായ രാഷ്ട്രീയ താൽപ്പര്യങ്ങളാണ്.

* ബാബറി മസ്ദിജ്ത്ത് പരിസരത്ത് ശിലന്യാസം നടത്തുന്നതുമായി ബന്ധപ്പെട്ട വിവാദവും രാജീവ് ഗാന്ധി സർക്കാർ അതിന് അനുകൂലമായി തീരുമാനം എടുത്തതുമാണ് സൂചിപ്പിക്കുന്നത്. എഡിറ്റർ

കഴിഞ്ഞ കുറെ വർഷങ്ങളായി ഭരണകൂടം ഇവരുടെ രാഷ്ട്രീയത്തെ തുറന്നുകാട്ടുന്നതിനുപകരം, ഇവരെ ഉപയോഗിച്ച് മുതലെടുക്കാനുള്ള ശ്രമത്തിൽ അവരുടെ രാഷ്ട്രീയത്തിന് കീഴ്ടങ്ങുകയാണ് ചെയ്തത്. നഗരങ്ങളിലെ ഭിത്തികളിൽ പ്രത്യക്ഷപ്പെടുന്ന മുദ്രാവാക്യങ്ങൾ ഈ ഗ്രൂപ്പുകളുടെ സന്ദേശങ്ങൾ ഉൾക്കൊള്ളുന്നു. കൂടുതൽ അക്രമാസക്തമായ ഗ്രൂപ്പുകൾ കൂടുതൽ സ്ഥലം കയ്യടക്കുമ്പോൾ ഭരണകൂടം അതിനോട് അലക്ഷ്യഭാവം പ്രകടിപ്പിക്കുകയാണു ചെയ്തത്. അലക്ഷ്യഭാവം ഒത്തുചേരലിന്റെ മറ്റൊരു രൂപമാണ്. കോൺഗ്രസ്-(ഇ) ക്കാർ വർഗീയതയെ എതിർക്കുന്നതിൽ ആരേക്കാളും മുമ്പിലാണെന്ന് ഭാവിക്കുന്നുണ്ടെങ്കിലും ദൽഹി, മീറത്ത്, ബിദാർ, ഭഗൽപ്പൂർ മുതലായ സ്ഥലങ്ങളിൽ അവരെന്ത് ചെയ്യുകയായിരുന്നുവെന്ന് വിശദീകരിക്കുന്നതിൽ പരാജയപ്പെടുന്നു. ഭരണയന്ത്രത്തിന്റെ നിയന്ത്രണമുണ്ടായിട്ടും അവർക്ക് ജനങ്ങളെ സംരക്ഷിക്കാൻ കഴിഞ്ഞില്ല. ജനങ്ങളെ നിഷ്പക്ഷമായി സംരക്ഷിക്കേണ്ട ഭരണകൂടത്തിന്റെ പ്രതിനിധികൾ കലാപങ്ങളിൽ പങ്കാളികളായി. ഗവൺമെന്റ് അവർക്കെതിരെ നടപടിയെടുക്കണം. അല്ലെങ്കിൽ അവർക്ക് ഗവൺമെന്റിന്റെ പിന്തുണയുണ്ടെന്ന് മനസിലാക്കണം.

വർഗീയതയുടെ വളർച്ച അതിനെ നിയന്ത്രിക്കാൻ സാധിക്കാത്ത, അതിനെ ഉപയോഗിച്ച് ഭരണത്തിലിരിക്കാൻ ശ്രമിക്കുന്ന ഗവണ്മെന്റുകളുടെ മാത്രം സൃഷ്ടിയല്ല. ഒരു ആശയസംഹിതയെന്ന നിലയിൽ വർഗീയതയ്ക്ക് വ്യാപകമായ പിന്തുണയുണ്ട്. മറ്റ് സാഹചര്യങ്ങളും അതിനെ പ്രോത്സാഹിപ്പിക്കുന്നു. വർഗീയതയുടെ സ്വഭാവത്തിന്റെ തനിരൂപവും കാണണം. അധികാരത്തിൽ വരാൻ ആഗ്രഹിക്കുന്ന വിഭാഗങ്ങൾ ഒരു പ്രത്യേക മതത്തിന്റെ ആശയസംഹിത ഉപയോഗിച്ച് ഒരു സമൂഹക്രമത്തെ തകിടംമറിക്കുകയും ആ ആശയസംഹിത അംഗീകരിക്കുന്നവരും എതിർക്കുന്നവരും തമ്മിലുള്ള ശക്തമായ വൈപരീത്യങ്ങളുള്ള ഒരു സമൂഹത്തെ സ്ഥാപിക്കുകയും ചെയ്യുന്ന ആശയങ്ങളുടെയും അധികാരത്തിന്റെയും മിശ്രിതമാണത്. ഈ ആശയസംഹിതയുടെ രചയിതാക്കൾക്കാണ് അധികാരം ലഭിക്കുന്നത്. മതാശയങ്ങളുടെയും അധികാരത്തിന്റെയും ചേരുവ ഇത്തരം ഗ്രൂപ്പുകളെ സാമൂഹ്യപ്രവർത്തനം, നിയമം, വിശ്വാസങ്ങൾ, പ്രതീകങ്ങൾ തുടങ്ങിയ സാമൂഹ്യക്രമത്തെ നിർണയിക്കുന്ന സാഹചര്യങ്ങൾക്കെല്ലാം തങ്ങളുടെ നിർവചനങ്ങൾ നൽകാൻ സഹായിക്കുന്നു.

ഒരു ബഹുമത സമൂഹത്തിൽ ഉയർച്ചക്കായി മറ്റു മാർഗങ്ങളെയും അവതരിപ്പിക്കാറുണ്ട്. 'ആര്യൻ'മാരാണെന്ന് അവകാശപ്പെടുന്നതുപോലെ വംശീയ മേൻമയെക്കുറിച്ചുള്ള അവകാശവാദങ്ങൾ ആചാരവിശ്വാസങ്ങളുടെ അടിസ്ഥാനത്തിൽ മനഃപൂർവം

നിർവചിക്കപ്പെടുന്ന സംസ്കാര തുടർച്ചാവാദങ്ങൾ, സംസ്കാരത്തിന്റെ വളർച്ചയിൽ പങ്കുവഹിക്കുന്ന മറ്റു ഘടകങ്ങളെ ഒഴിവാക്കുകയോ അവഗണിക്കുകയോ ചെയ്യുകയും ആചാരവിശ്വാസങ്ങൾ പിന്തുടരാത്തവരെ ഒറ്റപ്പെടുത്തുകയും ചെയ്യാനുള്ള പ്രവണത തുടങ്ങിയവ ഇത്തരത്തിൽ ചിലതാണ്. ഇത്തരത്തിലുള്ള പാതകൾ വഴിതെറ്റിക്കുന്നവയാണ്. പ്രവർത്തനത്തിന്റെ കേന്ദ്രം മതാധിഷ്ഠിത ആശയസംഹിതയും അധികാരവും തമ്മിലുള്ള മിശ്രിതമായി തന്നെ നിൽക്കുന്നു.

മുൻകാലത്തെ സാമൂഹ്യപദവികളിൽ നിന്ന് പല രീതികളിൽ പുറത്താക്കപ്പെട്ട ആളുകളാണ് വർഗീയതയ്ക്ക് ലഭിക്കുന്ന പിന്തുണയുടെ ഉറവിടം. ജീവിതനിലവാരം ഉയരുകയും ആധുനികവൽക്കരണത്തിന്റെ ഉദ്ദേശ്യമറിയാതെ അതിന് വിധേയരാകേണ്ടിവരികയും ചെയ്യുന്ന മധ്യവർഗം ആധുനികവൽക്കരണം എന്നാൽ 'പാശ്ചാത്യവൽക്കരണ'മാണെന്ന് ധരിക്കുന്നു. 'പാരമ്പര്യ'മെന്ന് അവരെ പഠിപ്പിച്ച കാര്യങ്ങളും 'ആധുനിക'മെന്ന് അവർ കരുതുന്ന കാര്യങ്ങളും തമ്മിൽ വൈരുധ്യമുണ്ടെന്ന് അവർ കാണുന്നു.

പാരമ്പര്യവും ആധുനികതയും

പുതിയ മതപ്രസ്ഥാനങ്ങൾക്ക് പിന്തുണ നൽകുന്നതു വഴി പാരമ്പര്യത്തെ നിലനിർത്തുകയാണെന്ന് അവർ കരുതുന്നു. അതോടൊപ്പം അവർ പാശ്ചാത്യ രീതികളുടെ പുറംചട്ടകളണിഞ്ഞ് സ്വയം 'ആധുനിക'രാണെന്ന് കരുതുന്നു.

പാരമ്പര്യവും 'ആധുനികത'യും തമ്മിലുള്ള ദ്വന്ദ്വസ്വഭാവങ്ങളിലുള്ള ഊന്നൽ പാരമ്പര്യത്തെക്കുറിച്ചുള്ള ധാരണാക്കുഴപ്പം കൊണ്ടുണ്ടാകുന്നതാണ്. പാരമ്പര്യമെന്നത് ബോധപൂർവമായും അബോധപൂർവമായും ഭൂതകാലത്തിൽ നിന്ന് തിരഞ്ഞെടുക്കുന്ന പ്രക്രിയയാണ്. വർഗീയ ധാരയിലേക്കു വരുന്ന മാലിന്യങ്ങളും പദവിയും അധികാരവും നഷ്ടപ്പെട്ടുപോയ ഭൂതകാലത്തെ അധീശത്വരൂപങ്ങളാണ്. അവർ മൺമറഞ്ഞു പോകുന്ന ഒരു സംസ്കാരത്തിന്റെ വക്താക്കളായി പുതിയ പദവി നേടാൻ കൊതിക്കുന്നു. പല മതമൗലികതാവാദി ഗ്രൂപ്പുകളുടെയും സംഘടനകളുടെയും നേതാക്കൾ കള്ളക്കടത്തുകാരും മയക്കുമരുന്ന് കച്ചവടക്കാരുമാണ്. അവർ രാഷ്ട്രീയ പാർട്ടികളിലേക്കുവരെ കടന്നുകയറുന്നു. 'മതതാൽപ്പര്യ'ങ്ങൾക്കു പ്രാധാന്യം നൽകുന്നത് മറ്റ് പ്രവർത്തനങ്ങൾക്കു വെള്ള പൂശാനുള്ള മാർഗമായിരിക്കുന്നു. ഇത് ഇപ്പോൾ തന്നെ രാഷ്ട്രീയ രംഗത്തേക്ക് വന്നിരിക്കുന്ന ക്രിമിനലുകളെ പ്രോത്സാഹിപ്പിക്കുന്നു. അവർക്ക് ആവശ്യമുള്ളപ്പോഴൊക്കെ ഒരു വർഗീയകലാപത്തിന് തുടക്കമിടാമല്ലോ.

പുതിയ സാഹചര്യങ്ങൾക്കനുസരിച്ച് തൊഴിൽ സാധ്യതകൾ വർധിപ്പിക്കുന്ന പിന്നോക്ക വിഭാഗത്തിൽപ്പെട്ട കൈത്തൊഴിൽക്കാരുടെ ഇടയിലും, പുതിയ തൊഴിലുകളിലേക്ക് നീങ്ങുന്ന മധ്യവർഗത്തിന്റെ ഇടയിലും പണത്തിനും പദവിക്കുമുള്ള ആഗ്രഹം കടുത്ത മത്സരവും തൽഫലമായി അരക്ഷിതാവസ്ഥയും സൃഷ്ടിക്കുന്നു. മാറിവരുന്ന അന്തരീക്ഷത്തിൽ എങ്ങനെ ഉയരങ്ങളിൽ നിലനൽക്കാൻ കഴിയുമെന്ന ഭീതി,

ഒരു ഒറ്റമൂലിക്കുള്ള അല്ലെങ്കിൽ ഒരു ബലിയാടിനു വേണ്ടിയുള്ള അന്വേഷണത്തിലേക്കു നയിക്കുന്നു. ഒറ്റമൂലികൾ രക്ഷാകവചങ്ങളിലാണു കാണുന്നത്. ഉദാഹരണം ഏറ്റവും 'ആധുനിക' പരസ്യങ്ങളിൽപ്പോലും കാണാവുന്ന രക്ഷാചരടുകളും മോതിരങ്ങളുമാണ്. തങ്ങളുമായി 'മത്സരിക്കുന്നു'വെന്ന് കരുതപ്പെടുന്ന മറ്റ് സമൂഹങ്ങളിലെ അംഗങ്ങളാണ് ബലിയാടുകൾ. ഭഗൽപ്പൂർ പ്രദേശത്ത് അടുത്തുനടന്ന കലാപങ്ങളുടെ പ്രധാന ഇരകൾ മുസ്ലീം നെയ്ത്തുകാരായിരുന്നു.

രാഷ്ട്രീയാധികാരത്തിനുള്ള ആഗ്രഹം ഇവയുടെ കൂടെച്ചേരുന്നു. ഇന്ത്യയിലെ മതേതരത്വം ഒരു പ്രത്യേക രാഷ്ട്രീയ പാർട്ടിക്ക് ന്യൂനപക്ഷ സമുദായങ്ങളിൽ നിന്നും (ആദ്യം മുസ്ലീങ്ങൾ മാത്രമായിരുന്നു) അന്നു ഹരിജനങ്ങളെന്നു വിളിക്കുന്നവരിൽ നിന്നും വോട്ടു കിട്ടാനുള്ള സംവിധാനം മാത്രമായിരുന്നു. കഴിഞ്ഞ തിരഞ്ഞെടുപ്പിൽ സിഖ് വോട്ടും ഇതേ പ്രക്രിയയുടെ ഭാഗമായിത്തീർന്നു. ജനാധിപത്യം എണ്ണങ്ങളുടെ കളിയായിമാറിയിരിക്കുന്നു. ആളെക്കൂട്ടൽ വളരെ പ്രധാനമാണ്. അത് മതസമുദായങ്ങളെ ആശ്രയിച്ചിരിക്കുന്നു. ലഹളകൾ ശക്തിപ്രകടനമായി മാറിയ പ്രദേശങ്ങളിൽ ശിലാപൂജകളും ഘോഷയാത്രകളും വഴിയായി വിശ്വഹിന്ദു പരിഷത്ത് സാധിച്ച ആളെക്കൂട്ടൽ ഇതുവരെ നടക്കാത്ത രീതിയിൽ മതപരവും രാഷ്ട്രീയവുമായ ജനശേഖരണമായിരുന്നു. ഇത് രാഷ്ട്രീയ പ്രചാരണത്തിന്റെ ഉപാധിയായി മാറുകയാണെങ്കിൽ ഭാവി ഭീതികരമായിത്തീരും.

സമൃദ്ധിയാർജിച്ച മധ്യവർഗത്തിനിടയിൽ വർഗീയ ആശയസംഹിതയുടെ സ്വാധീനം പ്രകടമാണെങ്കിൽ, ആ സ്വാധീനം അവിടെ അവസാനിക്കുന്നില്ല. മതത്തിന്റെ രാഷ്ട്രീയവൽക്കരണത്തിന് വൻ തോതിലുള്ള ജനശേഖരണം ആവശ്യമാണ്. ഉന്നതജാതികളിൽപ്പെട്ടവർ നയിക്കുന്ന ആർ എസ് എസിൽ നിന്നു വ്യത്യസ്തമായ വിശ്വഹിന്ദുപരിഷത്തിന്റെ നേതാക്കളിൽ വലിയഭാഗം 'മധ്യജാതി'കളിൽ നിന്നും പ്രൊഫഷണൽ വിഭാഗങ്ങളിൽ നിന്നും വരുന്നവരാണ്. ദളിതുകളെയും ഗോത്രവർഗക്കാരെയും 'ഹിന്ദുമത'ത്തിലേക്ക് 'പരിവർത്തനം' നടത്താനുള്ള മിഷനറി പ്രവർത്തനം (ഇത്തരത്തിലുള്ള മതപരിവർത്തനം ഹിന്ദുമതത്തിന്റെ പൂർവരൂപങ്ങൾക്കുണ്ടായിരുന്നില്ല.) വിജയിക്കുകയാണെങ്കിൽ അതുകൊണ്ട് രണ്ടു ലക്ഷ്യങ്ങൾ സാധിക്കും. ഹിന്ദുക്കൾ എന്നറിയപ്പെടുന്നവരുടെ എണ്ണം വർധിക്കുകയും സംവരണ നയത്തിൽ ഉൾപ്പെടുന്നവരുടെ എണ്ണം കുറയുകയും ചെയ്യും.

വിദ്യാഭ്യാസരംഗത്തും പട്ടികജാതി–പട്ടികവർഗങ്ങളുടെ തൊഴിലിനെയും സംബന്ധിച്ച ഈ നയം ഉന്നതജാതികളിൽപ്പെട്ട ഹിന്ദുക്കളുടെ ഇടയിൽ വൻതോതിലുള്ള എതിർപ്പിനുകാരണമായിട്ടുണ്ട്. അവർ തങ്ങളുടെ ഉയർച്ചക്കുള്ള ഭീഷണിയായി ഈ നയത്തെ

കാണുന്നു. ഇത്തരത്തിലുള്ള വർഗീയതയിൽ ഇഴുകിച്ചേർന്നിരിക്കുന്ന ഘടകം ദളിതുകളെ അടിച്ചമർത്തപ്പെട്ട നിലയിൽ നിർത്തുക എന്നതാണ്. സംവരണനയം ഉപേക്ഷിച്ചാലും ദളിതുകൾക്ക് നൽകുന്ന ഏതൊരാനുകൂല്യവും എതിർക്കപ്പെടും. ഉയർന്ന ജാതികൾ നിർണയിക്കുന്ന പദവിയിൽനിന്ന് താഴ്ന്ന ജാതികൾ പുറത്തുവരികയും മെച്ചപ്പെട്ട പദവി കൈവരിക്കുകയും ചെയ്യുന്നതിനെക്കുറിച്ചുള്ള ഭയം ജാതിസമൂഹത്തിന്റെ പൊതു സമീപനമാണ്. കലിയുഗത്തിന്റെ കുഴപ്പമെന്നപേരിൽ ഇത് ചരിത്രത്തിലും രേഖപ്പെടുത്തിയിട്ടുണ്ട്. ക്രിസ്തുവിനുശേഷമുള്ള ഒന്നാമത്തെ സഹസ്രാബ്ദം മുതൽ പല പ്രാവശ്യവും കലിയുഗത്തിന്റെ ദുഷ്ടതകളെക്കുറിച്ച് പരാമർശങ്ങളുണ്ടായിട്ടുണ്ട്. താഴ്ന്ന ജാതിക്കാരുടെ ഉയർച്ച ലോകം മുഴുവനും കീഴ്മേൽ മറിയുന്നതിന്റെ തെളിവായിട്ടാണ് കരുതുന്നത്.

വർഗീയതയിൽ ഉൾക്കൊണ്ട മറ്റൊരു ഘടകം സ്ത്രീകളുടെ സ്ഥാനമാണ്. പ്രാചീന ഗ്രന്ഥങ്ങളുടെയും ധർമശാസ്ത്രങ്ങളും ശരി-അത്തും ഉൾപ്പെടെയുള്ള സാമൂഹ്യനിയമങ്ങളുടെയും യാഥാസ്ഥിതിക വിശദീകരണം വഴിയായി ഈ രംഗത്ത് സ്വതന്ത്ര പ്രവർത്തനത്തിനുള്ള എല്ലാ സാധ്യതകളും അത് അസ്തമിപ്പിക്കുന്നു. വർഗീയതയുടെ മതാധിഷ്ഠിത ആശയങ്ങൾ ആധുനിക യുഗത്തിനനുസരിച്ച് നിർവചിക്കപ്പെടണം. പ്രാചീനയുഗത്തിലെ സാർവലൗകികമൂല്യങ്ങളുടെ അവതരണം ആവശ്യപ്പെടുന്നത് സ്ത്രീകൾ കീഴാളരായിക്കഴിയണമെന്നാണ്. അധികാരത്തിലിരിക്കുന്നുവരുടെ സ്വഭാവവിശേഷം കൂടിയായ ഇത്തരത്തിലുള്ള കീഴാളത്തം സമ്പൂർണാധീശത്വത്തിന്റെ മിഥ്യാബോധം സൃഷ്ടിക്കുകയും ചെയ്തു. സമൂഹത്തിന്റെ മറ്റു വിഭാഗങ്ങളിൽ യാഥാർഥ്യം മറ്റൊന്നാകാം. അത്തരം യാഥാർഥ്യങ്ങൾക്ക് വർഗീയതയുടെ ആശയസംഹിതയിൽ സ്ഥാനമില്ല. സതി ആചാരണമരണത്തിന്റെ സമർഥനമായാലും വിവാഹമൊഴിഞ്ഞ മുസ്ലീം സ്ത്രീകൾക്ക് ചെലവിനുകൊടുക്കുന്നതിന്റെ നിഷേധമായാലും അടിസ്ഥാന പ്രമാണം കീഴാളത്തമാണ്. സ്ത്രീകൾ അവരുടെ സ്ഥാനം അറിയണമെന്നും അതിരുവിട്ട് കളിക്കരുതെന്നുമുള്ള കാഴ്ചപ്പാട് സ്വതന്ത്രമായ സ്ത്രീസമൂഹമാറ്റത്തിന്റെ ഭാഗമായി പുതിയ അവകാശവാദങ്ങൾ ഉയർത്തുന്ന പ്രശ്നത്തിന്റെ പരിഹാരമായും കാണുന്നു.

വർഗീയ ചരിത്രരചനയെ ആധാരമാക്കിയുള്ള ഭൂതകാല നിർവചനം, അതായത് ഇന്ത്യാ ചരിത്രത്തെ ഹിന്ദുമതത്തിന്റെ ആധിപത്യകാലമായ പ്രാചീന കാലത്തിന്റെ മഹനീയതയെ അടിസ്ഥാനമാക്കി കാണണമെന്നും മധ്യകാലത്ത് ഇസ്ലാമിന്റെ കീഴിൽ ഇത് അധഃപതിച്ചു വെന്നുമുള്ള സമീപനം, ഇന്ന് ഹിന്ദുവർഗീയ വാദികളുടെ ലളിതമായ വീക്ഷണമായി തുടരുന്നു. ഒരു വ്യത്യാസമുള്ളത് മുസ്ലീങ്ങൾ ഇസ്ലാമികാധിപത്യകാലത്തെ സുവർണകാലമായി കരുതുന്നുവെന്നതും സിഖ് വർഗീയവാദികൾ മുഗൾ രാഷ്ട്രവുമായുള്ള

ബന്ധത്തെ മുസ്ലീങ്ങളും സിഖുകാരും തമ്മിലുള്ള മതപരമായ സംഘട്ടനങ്ങളുടെ പശ്ചാത്തലത്തിൽ നിന്നു മാത്രം കാണുന്നുവെന്നതുമാണ്. വർഗീയവാദികൾ ചരിത്രത്തെ സ്വന്തം ന്യായീകരണത്തിനായി ഉപയോഗിക്കുന്നത് ആപൽസൂചകമാണ്. ഇത്തരം അവകാശവാദങ്ങളുടെ ചരിത്രപരമായ കൃത്യതയല്ല ഇവിടെ പ്രശ്നം. ഈ അവകാശവാദങ്ങൾ രാഷ്ട്രീയപരമാണ്. അവ ഇന്നത്തെ സമൂഹവുമായി ബന്ധപ്പെട്ടതാണ്. വർഗീയ ചരിത്രം ഊന്നിപ്പറയുന്നത് ഇന്നത്തെ കാലത്തെ വർഗീയ പ്രവർത്തനങ്ങൾ വഴി ഭൂതകാലത്തെ തിരുത്താനുള്ള ശ്രമങ്ങൾ ന്യായീകരിക്കാനാണ്. ഭൂതകാലത്തെക്കുറിച്ചുള്ള വർഗീയ സമീപനം അസംബന്ധമാണെങ്കിൽ ഒരു സമുദായത്തെ സംഘടിപ്പിക്കാനായുള്ള ഭ്രാന്താവേശം സൃഷ്ടിക്കാൻ അത് പ്രയോജനകരമാണ്.

ചരിത്രത്തെ ഈ വിവാദങ്ങളിലേക്ക് കൊണ്ടുവരണമെങ്കിൽ ചരിത്രത്തിന്റെ വർഗീയ വിശകലനങ്ങൾക്ക് ഇന്ന് വളരെ സൗകര്യപൂർവം അവഗണിക്കപ്പെടുന്ന നിരവധി വസ്തുതകളുമായി പൊരുത്തപ്പെടേണ്ടതുണ്ട്. മുസ്ലീം ഭരണാധികാരികളുടെ കീഴിൽ മാത്രമല്ല മറ്റു മതവിഭാഗങ്ങളുടെ നേരെ അസഹിഷ്ണുത പ്രകടിപ്പിക്കുകയും പീഡിപ്പിക്കുകയും ചെയ്തിട്ടുള്ളതെന്ന് അംഗീകരിക്കേണ്ടിയിരിക്കുന്നു. ഇസ്ലാമിക കാലത്തിനു മുമ്പുതന്നെ ഹിന്ദുരാജാക്കൻമാരും ശക്തമായ ഹിന്ദു വിഭാഗങ്ങളും ഇതേ നടപടികൾ കൈക്കൊണ്ടിട്ടുണ്ട്. ശൈവൻമാർ ബുദ്ധമതക്കാരെയും ജൈനൻമാരെയും പീഡിപ്പിച്ചതിനുള്ള തെളിവുകൾ സൗകര്യപൂർവം വിസ്മരിക്കപ്പെടുന്നു. നിരവധി സന്യാസിമാരുടെ വധത്തിനും ക്ഷേത്രങ്ങളുടെയും മതകേന്ദ്രങ്ങളുടെയും നശീകരണത്തിനും ഇത് കാരണമായെന്ന് ഓർക്കുക. അയിത്തമെന്ന ആശയം തന്നെ അസഹിഷ്ണുതയുടെയും പീഡനത്തിന്റെയും നഗ്നരൂപമാണ്. ഭൂതകാലത്ത് മറ്റുള്ളവർ കാണിച്ച അസഹിഷ്ണുതയെ അംഗീകരിക്കാൻ തയാറാകുമോ?

ആയുധങ്ങൾ ഉപയോഗിച്ചല്ല ഇസ്ലാമിലേക്കുള്ള മതപരിവർത്തനങ്ങളിൽ ഭൂരിഭാഗവും നടന്നത്. സൂഫികളുടെയും മറ്റു മതപ്രചാരകൻമാരുടെയും സ്വാധീനത്തിൽ ഒരു ജാതിയും തൊഴിൽ വിഭാഗവും അങ്ങനെ തന്നെ ഇസ്ലാം മതത്തിൽ ചേരുകയാണുണ്ടായത്. ഇത് ഹിന്ദുസമൂഹത്തിന്റെ സ്വഭാവത്തെക്കുറിച്ചും മതപരിവർത്തനത്തെ പ്രോത്സാഹിപ്പിച്ച ഘടകങ്ങളെക്കുറിച്ചും ചോദ്യങ്ങളുയർത്തുന്നു. മതവിശ്വാസത്തിന്റെയും ആചാരത്തിന്റെയും പേരിൽ ഒന്നിച്ച സാമൂഹ്യ വിഭാഗങ്ങൾ തമ്മിലുള്ള ബന്ധങ്ങൾ വളരെ ലളിതമല്ല. പ്രാചീനകാലത്ത് ഇത്തരത്തിലുണ്ടായിരുന്ന ബന്ധങ്ങളെക്കുറിച്ചുള്ള തെളിവുകളും ഇന്നത്തെ ചരിത്രകാരന്മാർ നടത്തിയ വിശകലനങ്ങളും അമ്പതു വർഷങ്ങൾക്കു മുമ്പുണ്ടായിരുന്നതിൽ നിന്ന് വ്യത്യസ്ത

മായ നിഗമനങ്ങളിലേക്കാണ് എത്തിക്കുന്നത്. ചരിത്രകാരന്മാർ ഈ മാറ്റത്തെക്കുറിച്ച് ആവർത്തിച്ചു പറയുന്നുണ്ടെങ്കിലും, ജനങ്ങളുടെയിടയിൽ ഇന്നും പഴയ സിദ്ധാന്തങ്ങൾക്കാണ് പ്രാമുഖ്യം.

ചരിത്രപരമായ വിശകലനങ്ങൾ നമ്മുടെ ഭൂതകാലത്തെക്കുറിച്ചുള്ള ധാരണകൾ മാറ്റിയിരിക്കുന്നുവെന്ന് അംഗീകരിക്കാനുള്ള വിസമ്മതത്തിന്റെ കാരണം ആദ്യം വായിക്കാനും പിന്നീട് അഭിപ്രായം പറയാനുമുള്ള നമ്മുടെ വിദ്യാഭ്യാസ സമ്പ്രദായത്തിന്റെയും മാധ്യമങ്ങളുടെയും വിസമ്മതത്തിൽ നിന്ന് ഉത്ഭവിച്ചതാണ്. ചരിത്രകാരന്മാർക്ക് സ്വീകാര്യമല്ലെങ്കിൽ പോലും പഴയ ആശയങ്ങൾ ഉരുവിടുന്നത് കൂടുതൽ എളുപ്പമാണ്. മുസ്ലീം ഭരണാധികാരികളെല്ലാം ഏറിയും കുറഞ്ഞും മതഭ്രാന്തൻമാരായിരുന്നുവെന്ന പഴയ ആശയം, അവരുടെ നയങ്ങളെക്കുറിച്ച് നിരവധി പഠനങ്ങളുണ്ടായിട്ടുപോലും ഇന്നും നിലനിൽക്കുന്നു. പുതിയ പഠനങ്ങൾ അത്തരം നയങ്ങൾക്ക് കൂടുതൽ സങ്കീർണമായ സാഹചര്യങ്ങളെയാണ് കാണിക്കുന്നത്. ഹിന്ദുക്കൾ ഔറംഗസേബിനെക്കുറിച്ച് കൂടുതൽ അറിയിക്കുന്നതിനെക്കുറിച്ചല്ല ഇവിടെ പ്രശ്നം. ഔറംബസേബിനെ പറ്റി ഒരേ രൂപത്തിലുള്ള അവതരണം മാത്രമാണ് ഉണ്ടായിട്ടുള്ളത് എന്നതാണ്.

വർഗീയതയെ വളർത്തുന്നതിൽ മാധ്യമങ്ങളും പരിശുദ്ധിയുള്ളവരാണെന്ന് പറഞ്ഞുകൂടാ. തിളക്കമുള്ള വിഭ്രാന്തിജനകമായ വിഷയങ്ങളെ അവർ വാർത്തകളായി കാണുന്നു, മാധ്യമങ്ങൾക്ക് പറ്റിയ രൂപങ്ങളെക്കുറിച്ചുള്ള ബോധത്തോടെ എന്തിനെക്കുറിച്ചും ഏതിനെക്കുറിച്ചുമുള്ള ഇൻസ്റ്റന്റ് കഥകളെ വാർത്തകളാക്കുന്നതിനോടുള്ള ഭ്രമം വർധിപ്പിച്ചിരിക്കുന്നു. ആലോചനാപൂർവമായ അഭിപ്രായങ്ങളെ പത്രങ്ങളും ദൂരദർശനും അക്കാദമികമായി കരുതുന്നു. രാഷ്ട്രീയത്തിലും 'സംസ്കാരത്തിലും' ഏറ്റവും താഴെക്കിടയിലുള്ള പൊതുഘടകങ്ങളും അവതരിപ്പിക്കുന്നതിലാണ് പ്രധാനമായും അവർക്ക് താൽപ്പര്യമുള്ളത്. സംസ്കാരത്തിന്റെ നിർവചനം ഉന്നത ജാതികളിൽപ്പെട്ട മധ്യവർഗ ഹിന്ദുക്കളുടേതു മാത്രമാണെന്നത് അത്ഭുതകരമല്ല. ദൂരദർശന്റെ വിജയം തന്നെ വൈഷ്ണവാരാധനയുമായി ബന്ധപ്പെട്ട കഥകളെ കാണിക്കുന്ന, ഒരിക്കലും അവസാനിക്കില്ലെന്നു തോന്നത്തക്ക രീതിയിലുള്ള സീരിയലുകളാണ്. അവയെ ഇന്ത്യയുടെ ദേശീയ സംസ്കാരമായി അവതരിപ്പിക്കുകയും ചെയ്യുന്നു. മൂലകഥയുടെ സൗന്ദര്യശാസ്ത്രപരമായ ഗുണങ്ങളെങ്കിലും ഈ സീരിയലുകളിൽ വന്നിരുന്നെങ്കിൽ അതിലൂടെ നടക്കുന്ന മതപ്രചാരണത്തിന്റെ തോത് കുറച്ചേനെ.

ചില സന്ദർഭങ്ങളിൽ വർഗീയതയുടെ പ്രോത്സാഹനത്തിന് മതാധികാരികളുടെ കൽപ്പനകൾ ആവശ്യമാകാറുണ്ട്. കലാപങ്ങൾ നടത്തുന്നത് ശത്രുസമുദായത്തിന്റെ മതകേന്ദ്രങ്ങൾ അപായപ്പെടുത്താനോ നശിപ്പിക്കാനോ ആണ്. ഇത് തുടർച്ചയായ പരസ്പര ശത്രു

തയിലേക്ക് നയിക്കുന്നു. പലപ്പോഴും ഇത്തരത്തിലുള്ള മതകേന്ദ്ര ങ്ങൾ നഗരപ്രദേശങ്ങളുടെ മധ്യഭാഗത്തായതുകൊണ്ട് വലിപിടിച്ച സ്വത്തായിരിക്കും അത്.

അത്തരത്തിലുള്ള കേന്ദ്രങ്ങൾ കൈവശം വെക്കുന്നതും നിയ ന്ത്രിക്കുന്നതുമായ സാമ്പത്തിക നേട്ടം കൂടിയാണ്. പക്ഷേ, വർഗീയ തക്ക് കൂടുതൽ സൂക്ഷ്മമായ രീതിയിലും പ്രചരിക്കാൻ കഴിയും. മറ്റ് സമുദായങ്ങളോട് ശത്രു മനോഭാവം വളർത്തിക്കൊണ്ടുവന്ന് ഉപ ബോധമനസ്സിൽ തന്നെ വിവേചനം സൃഷ്ടിക്കുന്ന രീതിയാണത്. വിദ്യാഭ്യാസമുള്ള നിരവധി മുസ്ലീങ്ങൾ ഉണ്ടായിട്ടുപോലും വളരെ കുറച്ചുപേർ മാത്രമെ ഗവൺമെന്റിന്റെ ഉന്നതതലങ്ങളിൽ എത്തുന്നു ള്ളുവെന്നത് വിചിത്രമാണ്. സിഖുകാരുടെ കാര്യത്തിലും ഇത്തരത്തി ലുള്ള വിവേചനം കാണാം.

വർഗീയതയുടെ ചില വശങ്ങളിൽ ഇന്ത്യയിൽ നിന്ന് പുറത്തു പോയ ഇന്ത്യക്കാരുടെ ഇടപെടലും കാണാൻ കഴിയും. വിശ്വഹിന്ദു പരിഷത്തിനും സിഖ് വർഗീയവാദികൾക്കും അമേരിക്കൻ ഐക്യനാ ടുകൾ, കാനഡ, ബ്രിട്ടൻ മുതലായ സ്ഥലങ്ങളിലുള്ള ഇന്ത്യക്കാരിൽ നിന്ന് പണമായും മറ്റുവിധത്തിലും സഹായങ്ങൾ ലഭിക്കുന്നുണ്ട്. വിശ്വഹിന്ദു പരിഷത്ത് ഒരു 'ശുദ്ധ സാംസ്കാരിക സംഘ ടന'യാണെന്ന കാരണം പറഞ്ഞ് അതിന്റെ ബ്രിട്ടനിലുള്ള കേന്ദ്രങ്ങൾ ഔദ്യോഗിക ബ്രിട്ടീഷ് ഏജൻസികളിൽ നിന്ന് വമ്പിച്ച തോതിൽ പണം സംഭാവനയായി വാങ്ങുന്നുണ്ട്. പശ്ചിമേഷ്യയിലെ ധനികരിൽ നിന്ന് മുസ്ലീം വർഗീയ സംഘടനകൾക്കും ധനസഹായം ലഭിക്കുന്നു.

ഇത്തരം സംഘടനകൾക്ക് ലഭിക്കുന്ന പ്രോത്സാഹനം ധന സഹായം മാത്രമല്ല, വിദേശ ഇന്ത്യക്കാർക്ക് അവരുടെ വ്യക്തിത്വ ത്തിന്റെ പ്രശ്നം പ്രധാനമാണ്. യൂറോപ്പിലും വടക്കേ അമേരിക്ക യിലും തികച്ചും വ്യത്യസ്തമായ സംസ്കാരത്തിലെ ന്യൂനപക്ഷ സമുദായങ്ങളാണിവർ. അവർക്ക് സ്വന്തം അരക്ഷിതാവസ്ഥയുമായി പൊരുത്തപ്പെടേണ്ടതുണ്ട്. മതാനുഷ്ഠാനങ്ങളുടെ അടിസ്ഥാനത്തിൽ ആളുകളെ സംഘടിപ്പിച്ച് സ്വന്തം വ്യക്തിത്വം സ്ഥാപിക്കുന്നതിലാണ് അവർ പരിഹാരം കണ്ടെത്തുന്നത്. വിദേശ നാടുകളിൽ ന്യൂനപക്ഷ മെന്ന നിലയിൽ ഒറ്റപ്പെടുന്ന അവർ ഐക്യം തേടുന്നത് മതസംഘ ടനകളിലൂടെയാണ്. അവർ പാശ്ചാത്യ ജീവിതരീതിയെ പരമ്പരാഗത മതവുമായി യോജിപ്പിക്കാൻ ശ്രമിക്കുന്നു. ഈ ഗ്രൂപ്പുകൾ മുകളി ലോട്ടു വരുന്ന മധ്യവർഗ ഇന്ത്യക്കാരുടെ മാതൃകയായിരുന്നു. സാമ്പ ത്തികമായി മുന്നോക്കം നിൽക്കുന്ന ഇന്ത്യക്കാർക്ക് വിദേശത്ത് താമ സിക്കുന്ന അവരുടെ ബന്ധുക്കളുമായി സ്ഥിരസമ്പർക്കം പുലർ ത്താൻ കഴിയുന്നത് ഈ പ്രവണതയെ സഹായിക്കുന്നു.

വിദേശ ഇന്ത്യക്കാർ ഇന്ത്യയിൽ വർഗീയതയുടെ വളർച്ചയ്ക്ക് പ്രധാന പങ്കുവഹിക്കുന്നുണ്ട്. ഇന്ത്യക്ക് പുറത്തുള്ള സംഘടനകളും

ഗവൺമെന്റുകൾ പോലും നടത്തുന്ന അഭിപ്രായങ്ങളാണ് ഏറ്റവും പ്രകടമായ രൂപം. ഇന്ത്യക്ക് പുറത്തുള്ള മുസ്ലീങ്ങളും ഇസ്ലാമിക ഭരണകൂടങ്ങളും മുസ്ലീങ്ങൾ കൊല്ലപ്പെടുന്ന ലഹളകളെ അപലപിക്കുമ്പോൾ അത് വിദേശ ഇടപെടലായി കണക്കാക്കി അതിനെ നാം എതിർക്കുന്നു. മതസമുദായങ്ങളുടെ പേരിൽ ഇന്ത്യൻ സമൂഹം സ്വയം നിർവചിക്കുന്നിടത്തോളം കാലം അതേ സമുദായത്തിൽപ്പെട്ട വിദേശികൾ ഇന്ത്യയിലെ സ്ഥിതിയെക്കുറിച്ച് അഭിപ്രായം പറയും. ചിലപ്പോൾ വെറും അഭിപ്രായ പ്രകടനത്തിനപ്പുറവും പോകാം. 1989 ആഗസ്റ്റിൽ ഒരു രാമജൻമഭൂമി സമ്മേളനം ലണ്ടനിൽ വച്ചു നടന്നു. അയോധ്യയിലേക്ക് പോകുന്ന ഇഷ്ടികകൾ വെള്ളക്കാരും ഇന്ത്യൻ വംശജരുമായ ബ്രിട്ടീഷ് പൗരൻമാരും ആരാധിച്ചു. വെള്ളക്കാർ പോലും നടത്തുന്ന ഇത്തരത്തിലുള്ള പ്രവർത്തനങ്ങൾ ഇടപെടലായിട്ടല്ല. സ്വീകാര്യമായ പിന്തുണയായാണ് കരുതുന്നത്.

രാമജൻമഭൂമി പ്രശ്നത്തിന് ഒരു ടൈംബോംബിന്റെ സ്വഭാവമുണ്ട്. 1949–ൽ മുസ്ലീം പള്ളിക്കകത്ത് വിഗ്രഹങ്ങൾ പ്രത്യക്ഷപ്പെട്ട് അത്ഭുതം മെനഞ്ഞെടുത്തതുമുതൽ ഇപ്പോൾ നടന്ന പൊട്ടിത്തെറി വരെ നാൽപ്പതു വർഷമായി ഇത് തുടരുന്നു. പാകിസ്താന്റെ സൃഷ്ടിയോടുകൂടി വർഗീയ വികാരം മൂർധന്യത്തിലെത്തിയപ്പോഴാണ് നാടകത്തിലെ ആദ്യ കാൽവെപ്പ് വർഷങ്ങൾക്കുശേഷം വർഗീയ വ്യക്തിത്വങ്ങളുടെ പൊതുവായ വളർച്ചയും ആസന്നമായ തിരഞ്ഞെടുപ്പും ഈ വികാരം ക്രമേണ ഒരു പൊട്ടിത്തെറിയിലെത്തുന്നതിനെ പ്രോത്സാഹിപ്പിച്ചു.

അടുത്ത വർഷങ്ങളിൽ പൊട്ടിത്തെറിക്കുന്ന വിധത്തിൽ ഇത്തരത്തിലുള്ള കൂടുതൽ ടൈംബോംബുകൾ പ്രവർത്തിക്കുന്നുണ്ട്. അത്തരം പൊട്ടിത്തെറികൾ ഒഴിവാക്കണമെങ്കിൽ ഗവൺമെന്റ് രാമജൻമഭൂമി പ്രശ്നത്തിൽ ശക്തമായ നിലപാടെടുക്കുകയും വർഗീയ രാഷ്ട്രീയത്തിന് ആനുകൂല്യങ്ങൾ നൽകാതിരിക്കുകയും വേണം. "ഇത്തരം പ്രശ്നങ്ങൾ കോടതിവിധികൊണ്ട് പരിഹാരം കാണാൻ ആവുന്നവയല്ല" എന്ന് ബി ജെ പി പ്രഖ്യാപിച്ചിട്ടുണ്ട്. (ടൈംസ് ഓഫ് ഇന്ത്യ, 7 ഡിസംബർ 1989) രാമജൻമഭൂമിയുടെ സ്ഥലം തർക്കവിഷയമായ പ്രദേശത്താണ് സ്ഥിതിചെയ്യുന്നതെന്ന വസ്തുത ഉണ്ടായിട്ടുപോലും ഉള്ള സ്ഥിതിയാണിത്. മഥുരയിലും വാരാണസിയിലുമുള്ള പള്ളികളുടെ ധ്വംസനത്തിനുവേണ്ടി സമരമാണ് തങ്ങളുടെ അടുത്ത പരിപാടിയെന്ന് വിശ്വഹിന്ദുപരിഷത്ത് പ്രഖ്യാപിച്ചിട്ടുണ്ട്.

അതായത് ഏതൊരു വിഭാഗത്തിനെ സംഘടിപ്പിച്ച് അൽപ്പം രാഷ്ട്രീയ പിന്തുണ നേടുകയും മതത്തിന്റെ പേരിൽ പ്രധാന നഗരകേന്ദ്രങ്ങളെ കൈവശപ്പെടുത്തുകയും ചെയ്യുക സാധ്യമാണ്. മുസ്ലീങ്ങൾ, സിഖുകാർ, ക്രിസ്ത്യാനികൾ, ജൈനൻമാർ, നവബുദ്ധമതക്കാർ എന്നിവർകൂടി രംഗത്ത് വരികയാണെങ്കിൽ നഗരകേന്ദ്രങ്ങ

ളിലും പുരാവസ്തു കേന്ദ്രങ്ങളിലും ടൂറിസ്റ്റ് കേന്ദ്രങ്ങളിലും പൂർണ മായ കുഴപ്പമാണ് ഉണ്ടാവുക. ആർക്കിയോളജിക്കൽ സർവേയുടെ സംരക്ഷണത്തിലുള്ള ആരാധനാലയങ്ങളില്ലാത്ത പള്ളികളെ ആരാ ധനക്കായി ഉപയോഗിക്കാൻ ചില മുസ്ലീം ഗ്രൂപ്പുകൾ നടത്തുന്ന ശ്രമ ങ്ങൾ ഇതിന് ഉദാഹരണമാണ്. രാമജൻമഭൂമി കൈവശപ്പെടുത്തിയത് ഒരു മുന്നോടിയായി കണക്കാക്കപ്പെട്ടു. അതിന്റെ ഫലം ഇതുവരെ നാം കണ്ടതിനെക്കാൾ എത്രയോ ഗുരുതരമായ അക്രമങ്ങളായിരിക്കും.

മുൻകാലത്ത് നടന്നതായി പറയപ്പെടുന്ന തെറ്റുകൾ തിരുത്തു കയെന്നത് മതസമുദായങ്ങളുടെ അവകാശമായി മാറിയാൽ മറ്റുമത ക്കാരുടെ പുണ്യസ്ഥലങ്ങളിൽ നിലനിൽക്കുന്ന ക്ഷേത്രങ്ങളെയും നശിപ്പിക്കേണ്ടിവരും. പക്ഷേ, ഹിന്ദുവർഗീയ വാദത്തിനുള്ള പ്രാമുഖ്യം കൊണ്ട് മറ്റു മതസമുദായങ്ങൾ അത്തരത്തിലുള്ള ആവ ശ്യമുയർത്താൻ മടിച്ചേക്കാം. മഥുരക്ക് അടുത്തുള്ള 'കത്രയിലെ കൃഷ്ണജൻഭൂമി'യിലുള്ള ക്ഷേത്രത്തിന്റെ കാര്യമെടുക്കുക. കത്ര ഒരു ബുദ്ധമത കേന്ദ്രമായിരുന്നതാണ്. അതുകൊണ്ട് ബുദ്ധമതക്കാർ അതിനുമേൽ അവകാശം സ്ഥാപിക്കാൻ ശ്രമിച്ചാലോ? മതസമുദായ ങ്ങളുടെ രാഷ്ട്രീയത്തെ തൃപ്തിപ്പെടുത്താൻ നമുക്ക് ചരിത്രത്തിന്റെ ഏടുകളിൽ എത്രമാത്രം പുറകോട്ടു പോകാൻ കഴിയും?

ഇന്ത്യയിലെ വർഗീയതയുടെ ഭാവി നിർണയിക്കുന്നത് തിര ഞ്ഞെടുപ്പു ഫലങ്ങൾ മാത്രമായിരിക്കില്ല. വർഗീയതയുടെ വളർച്ച യുടെ കാരണങ്ങൾ മനസിലാക്കാൻ ശ്രമിക്കുമ്പോൾ മതവികാരം മാത്രമല്ല ഇവിടെ പ്രശ്നമെന്നും കാണാം. ഇന്നിനെ കുറിച്ചും നാള യെക്കുറിച്ചും ഭീതിയുളവാകുമ്പോൾ ഈ വികാരത്തെ ചൂഷണം ചെയ്യുന്നതും പ്രശ്നമാണ്. ഈ ഭീതി കുറയ്ക്കാനും മതപരമായ സാമൂഹ്യ യൂണിറ്റുകളായി പെട്ടെന്ന് അംഗീകരിക്കുന്ന പ്രവണതയെ ചോദ്യം ചെയ്യാനും ശ്രമിക്കണം.

വളർന്നുവരുന്ന പിന്നോക്കജാതി-ദളിത് പ്രസ്ഥാനങ്ങളിലൂ ടെയും കൂടുതൽ പ്രാതിനിധ്യത്തിനും സംസ്ഥാനങ്ങൾക്കും വേണ്ടി യുള്ള ഗോത്രവർഗ പ്രസ്ഥാനങ്ങളിലൂടെയും ബദൽ വ്യക്തിത്വങ്ങളും വളർന്നുവരും. വർഗീയലഹളയുടെ പാരമ്യം കൊണ്ടുമാത്രം ശ്രദ്ധി ക്കപ്പെടാതെ പോകുന്ന പല പ്രസ്ഥാനങ്ങളും ഇന്ന് നിലവിലുണ്ട്. ഹിന്ദുവർഗീയതയ്ക്ക് മനസിലാക്കാൻ കഴിയാതെവരുന്നത് ഭൂരി പക്ഷ സമുദായത്തിന്റെ അധീശത്വമല്ല അവസാനം ഉണ്ടാകാൻ പോകുന്നതെന്ന വസ്തുതയാണ്. ഇന്ന് ഉണ്ടെന്നു പറയപ്പെടുന്ന 'ഐക്യദാർഢ്യം' പോലും നിലനിൽക്കുകയില്ല. അധികാരം കൈവ ശപ്പെടുത്തുകയാണ് യഥാർഥ ലക്ഷ്യമെന്നതുകൊണ്ട് ഹിന്ദുസമുദാ യവും വിവിധ വിഭാഗങ്ങളായി തിരിഞ്ഞ് തമ്മിൽ മല്ലിടും.

ഹിന്ദുമതത്തിൽ ഇന്ന് വന്നുകൊണ്ടിരിക്കുന്ന മാറ്റം-അതിനെ നവീന ഹിന്ദുമതമെന്നോ സംയോജിത ഹിന്ദുമതമെന്നോ വിളിക്കാം-

പല നൂറ്റാണ്ടുകളായി സനാതന ധർമത്തെ നിലനിർത്താൻ സഹായിച്ച മാർദവം അത് ഇല്ലാതാക്കും. ഉപനിഷത്തുക്കളുടെ തത്ത്വചിന്തക്കുണ്ടായിരുന്ന തുറന്ന സ്വഭാവം അനുവദിച്ച മതരൂപത്തെ ഇപ്പോൾ ഇഷ്ടികകളുടെ ആരാധനയാക്കി മാറ്റിയിരിക്കുകയാണ്. മുമ്പു പറഞ്ഞിരുന്ന സഹിഷ്ണുതയും അഹിംസയും ഇപ്പോഴത്തെ അക്രമാസക്ത മനോഭാവത്തിൽ തിരോധാനം ചെയ്തിരിക്കുന്നു. ഹിന്ദു 'മഹന്തു'ക്കൾ സ്വയം ഇമാമുകളായി പ്രഖ്യാപിക്കുകയും 'ഫത്വ'കൾ പുറപ്പെടുവിക്കുന്നതിനെക്കുറിച്ച് സംസാരിക്കുകയും ചെയ്യുന്നു. രാമജൻമഭൂമി മുക്തിയജ്ഞ സമിതിയിലേക്ക് ഒരാളെ തിരഞ്ഞെടുക്കുന്ന കാര്യത്തിലാണ് ഇതു സംഭവിച്ചത്. അവിശ്വാസികളെ ശിക്ഷിക്കുന്നതിനെക്കുറിച്ചും പ്രസ്താവനകൾ വരുന്നു. അങ്ങനെ പഴയ ഹിന്ദുമതത്തിൽ നിന്ന് ഇന്നത്തെ വർഗീയത പൂർണമായി വേർപെട്ടിരിക്കയാണ്.

മതപരമായ വികാരങ്ങളുടെയും വിശ്വാസങ്ങളുടെയും ആചാരങ്ങളുടെയും പ്രകടനമെന്ന നിലയിൽ മതത്തിനുള്ള പിന്തുണയല്ല ഇവിടെ പ്രശ്നം. ഇത്തരത്തിലുള്ള പ്രവണതകളെ രാഷ്ട്രീയ ലക്ഷ്യങ്ങൾക്കുവേണ്ടി ഉപയോഗിക്കുമ്പോൾ, അതിന് വിജയം കൈവരിക്കാൻ വേണ്ടി അക്രമവും നശീകരണവും ആവശ്യമായിവരുമ്പോൾ അതിനെ എതിർക്കേണ്ടിവരുന്നു. രണ്ടാമത്തെ രീതിയിൽ മതസമുദായങ്ങളെ മാറ്റിയെടുക്കാൻ സാധിക്കുമെന്ന വിശ്വാസം കൈവരുന്നു. രാഷ്ട്രീയസംഘട്ടനത്തിനു വേണ്ടി മതസമുദായങ്ങളുടെ ഉപയോഗം എന്ന ധാരണയ്ക്ക് ബദലുകൾ സൃഷ്ടിക്കാൻ ഇത്തരം എല്ലാ സമുദായങ്ങളിലും പ്രബുദ്ധത വളർത്തിയെടുക്കേണ്ടിവരും. ക്രിമിനിൽ നിയമങ്ങളും സിവിൽകോഡുകളും ഏകീകരിക്കേണ്ടിവരും.

ഭൂരിപക്ഷവർഗീയതും ന്യൂനപക്ഷവർഗീയതയും തമ്മിലൊരു വ്യത്യാസമുണ്ട്. ഭൂരിപക്ഷവർഗീയത സ്വന്തം ശക്തിയുടെ അക്രമാസക്തമായ പ്രകടനത്തിലൂടെയാണ് വളരുന്നത്. ഭൂരിപക്ഷത്തിന് മുമ്പിൽ ഉണ്ടാകുന്ന ദുർബലതയെക്കുറിച്ചുള്ള ബോധവും ഭയവുമാണ് രണ്ടാമത്തേതിനെ വളർത്തുന്നത്. മതസമുദായങ്ങളുടെ കൂട്ടമായി സ്വയം കാണുന്ന ഒരു സമൂഹത്തിൽ ഈ ഭയം ഒഴിവാക്കേണ്ട ചുമതല ഭൂരിപക്ഷസമുദായത്തിനാണ്. വർഗീയതയുടെ വളർച്ചയെ രാഷ്ട്രീയ സംവാദത്തിന്റെ ഓരോ രൂപവും വർഗീയത മാത്രമാക്കും. ഏതായാലും വർഗീയത മറ്റു സമുദായങ്ങളുടെ ആഗ്രഹങ്ങളെയും സ്വന്തം സമുദായത്തിലെ വിമതഗ്രൂപ്പുകളെയും അടിച്ചമർത്തുന്നു. കാരണം വർഗീയതയുടെ അടിസ്ഥാന പ്രമാണം തന്നെ വിശ്വാസികൾ മറ്റുള്ളവരെക്കാൾ ഉയർന്നവരാണെന്നതാണ്. പാകിസ്താനിലായാലും ഹിന്ദുരാഷ്ട്രത്തിലായാലും ഖാൽസ്താനിലായാലും സ്ഥിതി ഒന്നു തന്നെ. വിശ്വാസികൾ എന്നു വിളിക്കുന്നത്

വർഗീയ പ്രത്യയശാസ്ത്രത്തിന്റെ സ്രഷ്ടാക്കളെ മാത്രവും. വർഗീയതയുടെ ഉച്ചാടനം ഒരു ആവശ്യമായിത്തീർന്നിരുന്നു.

പക്ഷേ ഇത്തരത്തിലുള്ള വിശേഷണങ്ങൾ ഭൂരിപക്ഷ ന്യൂനപക്ഷ വർഗീയതകളുടെ നിലനിൽപ്പിനെ കുറച്ചുകാണുന്നില്ല. അവയെ ന്യായീകരിക്കാനും സാധ്യമല്ല. ഹിന്ദുവർഗീയത പുലർത്തുന്ന അധീശത്വത്തിനെതിരായി മാത്രമല്ല ഇപ്പോൾ സമരം ചെയ്യേണ്ടത്, ഓരോ സമുദായത്തിലുമുള്ള വർഗീയവാദികളെ ഒറ്റപ്പെടുത്തുന്നതിനും കൂടിയാണ്. മതസമുദായങ്ങളുടെ രാഷ്ട്രീയത്തിൽനിന്ന് വേറിട്ട വഴിയുണ്ടാക്കണമെങ്കിൽ ഇത് അത്യാവശ്യമാണ്.

വർഗീയതയും ചരിത്രപൈതൃകവും

വർഗീയതയും ഇന്ത്യാചരിത്ര വ്യാഖ്യാനവും തമ്മിലുള്ള ബന്ധത്തിന്റെ പ്രസക്തി വർധിക്കുന്നത് വർഗീയ കാഴ്ചപ്പാടുകളെ ന്യായീകരിക്കാനായി ചരിത്രം പല അവസരങ്ങളിലും ഉപയോഗിക്കപ്പെടുന്നതുകൊണ്ടാണ്. ഇത് ഏകപക്ഷീയമായ പ്രക്രിയയല്ല. വർഗീയ രാഷ്ട്രീയ സ്വാധീന വലയത്തിൽപ്പെട്ട ചരിത്രകാരന്മാർ ഇന്ത്യാ ചരിത്രത്തെക്കുറിച്ചു തികച്ചും അസ്വീകാര്യമായതോ പരിമിതികളുള്ളതോ ആയ വിശകലനങ്ങളെ ഇപ്പോഴും മുറുകെപ്പിടിക്കുന്നു. ചരിത്രവിശകലനവും വർഗീയ ആശയ സംഹിതകളും തമ്മിലുള്ള ബന്ധങ്ങളുടെ ചില ഉദാഹരണങ്ങൾ ഈ പ്രബന്ധത്തിൽ സ്പർശിക്കാൻ ഞാൻ ആഗ്രഹിക്കുന്നു.

വർഗീയ പ്രചാരണം ചരിത്രത്തെ വളച്ചൊടിക്കുന്ന രീതികളെ സൂചിപ്പിച്ചുകൊണ്ടാണ് വർഗീയതയുടെ വിശകലനത്തിൽ ചരിത്രകാരന്റെ പ്രസക്തിയെക്കുറിച്ചുള്ള ചർച്ച ആരംഭിക്കുന്നത്, ഭൂതകാലത്തിൽ നടന്ന ചില സംഭവങ്ങൾക്ക് (ഉദാഹരണത്തിന്, മുസ്ലീം ഭരണാധികാരികൾ ഹിന്ദു ക്ഷേത്രങ്ങളെ നശിപ്പിച്ചത്) പ്രതികാരം ചെയ്യേണ്ടത് വർത്തമാനകാലത്തിലാണെന്ന് വാദിക്കപ്പെടുമ്പോൾ, ഭൂതകാലത്തിലെ രാഷ്ട്രീയ സംഭവങ്ങൾ എന്തായാലും, അവ ഏതെല്ലാം രൂപം കൈക്കൊണ്ടാലും, ഭൂതകാലത്തിൽ തന്നെ ഒതുക്കിനിർത്തണമെന്ന വസ്തുത വ്യക്തമാക്കണം. വർത്തമാനകാലത്തിന് ഒരിക്കലും ഭൂതകാലത്തെ രാഷ്ട്രീയത്തിന് പ്രതിവിധി ചെയ്യാനാവില്ല. അത് സാധ്യമാവണമെന്ന് വാദിക്കുന്നവർ ഇന്നിന്റെ ആവശ്യങ്ങൾക്കായി ഇന്നലെകളെ ചൂഷണം ചെയ്യുകയാണ്. ചരിത്രം വളച്ചൊടിക്കപ്പെടുമ്പോൾ (ഉദാഹരണത്തിന് താജ്മഹൽ ഒരു രജപുത്രകൊട്ടാരമായിരുന്നു എന്നവാദം) അത്തരം വളച്ചൊടിക്കലുകളെ തിരുത്തണം. അവ ജനങ്ങളെ ചരിത്രവീക്ഷണത്തി

ലേക്ക് കടക്കുകയും വർഗീയ വികാരത്തിന് ഇന്ധനമായിത്തീരു്കയും ചെയ്യുന്നു. ഭൂതകാലത്തിൽ നിന്ന് പ്രത്യേക വ്യക്തികളെ ബോധപൂർവം തിരഞ്ഞെടുത്ത് വീരനായകൻമാരായി ചിത്രീകരിക്കുന്നുണ്ട്. ഉദാഹരണത്തിന് മുസ്ലീം വിവാദം പ്രകടിപ്പിക്കുന്ന റാണാപ്രതാപസിംഹൻ, ശിവജി, ഗുരുഗോവിന്ദ് സിംഗ് എന്നീ ഹിന്ദുക്കളെ വീരുപുരഷൻമാരാക്കുമ്പോൾ വർത്തമാനകാലത്തിൽ മുസ്ലീങ്ങൾക്കെതിരായ സ്പർദ്ധപടർത്തുകയാണ് അതിന്റെ ഉദ്ദേശ്യം. ഇന്ത്യൻ സമൂഹത്തിന് വ്യത്യസ്തമായ സന്ദേശം നൽകിയവരും ചരിത്രപരമായി കൂടുതൽ പ്രധാനികളുമായ അശോകനെയും അക്ബറെയും വർഗീയ പ്രചാരണം അവഗണിക്കുന്നു. ചരിത്രത്തിന്റെ ദുരുപയോഗത്തിന്റെ പ്രത്യക്ഷ ഉദാഹരണങ്ങളാണിവ. ഇത്തരം ദുരുപയോഗത്തെ ശക്തമായി എതിർക്കേണ്ടതാണ്. വർഗീയ ആശയസംഹിതകൾ കൂടുതൽ സൂക്ഷ്മമായ തലങ്ങളിൽ ചരിത്രസാധ്യത നേടാനായി പരിശ്രമിക്കുന്നുണ്ട്.

ചരിത്രത്തിന്റെ വർഗീയ ഉപയോഗം

വർഗീയ ആശയസംഹിത ഇന്ത്യൻ സമൂഹത്തെ നിരവധി മതസമുദായങ്ങൾകൊണ്ട് നിർമിക്കപ്പെട്ടതായാണ് കാണുന്നത്. ഇന്ത്യൻ സമൂഹത്തിന്റെ വ്യക്തിത്വത്തെ കണ്ടെത്തുന്നതും ഇതേ കാഴ്ചപ്പാടിൽ നിന്നാണ്. രാഷ്ട്രീയമെന്നത് മതസമുദായങ്ങൾ തമ്മിലുള്ള പരസ്പരബന്ധമാണ്. രാഷ്ട്രീയക്കൂറെന്നത് മതസമുദായപരമായ വ്യക്തിത്വവുമായി ബന്ധപ്പെട്ടിരിക്കുന്നു. രാഷ്ട്രീയപ്രവർത്തനം ഒരു പ്രത്യേക മതസമുദായത്തെ വളർത്തുന്നതിനാണ് ഉദ്ദേശിക്കപ്പെടുന്നത്. മതസമുദായത്തിന്റെ ആശയത്തിന് ചരിത്രപരമായ അടിത്തറ അവകാശപ്പെടുന്നു. മതസമുദായങ്ങളുടെ വ്യക്തിത്വത്തെ ന്യായീകരിക്കാനായി അതിന്റെ പഴക്കത്തെ കഴിയാവുന്നത്ര പെരുപ്പിച്ചുകാണിക്കുന്നു. കഴിയാവുന്നത്ര ആളുകളെ സംഘടിപ്പിക്കുന്നതിനാണ് ഇത് ഉപയോഗിക്കുന്നത്.

അതുകൊണ്ട്, മതസമുദായങ്ങളുടെ രാഷ്ട്രീയ സമൂഹത്തിന്റെ പദവികളുടെ വിതരണം നിലനിർത്തുന്നതിനും ഇന്ന് വിഭവങ്ങളുടെ പദവിയും നിഷേധിക്കപ്പെട്ടിരിക്കുന്ന അധഃകൃത ജാതികളുടെയും വർഗങ്ങളുടെയും അഭിലാഷങ്ങളെ ഉൾക്കൊള്ളുന്നതിനും ഏതൊരു മാറ്റത്തെയും തടയുന്നതിനുമുള്ള ശ്രമമാണ്. വർഗീയ ആശയസംഹിത പുരോഗമനപ്രസ്ഥാനങ്ങളെ പ്രതിരോധിക്കാനുള്ള ഒരു വഴിതിരിച്ചുവിടൽ പ്രക്രിയയാണ്. സ്വാതന്ത്ര്യാനന്തര കാലഘട്ടത്തിൽ അധികാരത്തിലേക്കും വിഭവങ്ങളിലേക്കും കൂടുതലാളുകൾക്ക് അർഹത നൽകുന്ന രീതിയിലുള്ള സാമൂഹ്യാടിത്തറയുടെ വികാസം മധ്യവർഗത്തിന്റെ താൽപ്പര്യമില്ല. വർഗീയ രാഷ്ട്രീയം ഇതുമായി സൗകര്യ

പൂർവം പൊരുത്തപ്പെട്ടു നിൽക്കുന്നു. ലിബറൽ പുരോഗമനചിന്തയ്ക്കും പ്രവർത്തനത്തിനും ഇത് വിരുദ്ധമാണ്. തങ്ങളുടെ അടവു ഫലിക്കുന്നില്ലെന്ന് കാണുമ്പോൾ നഗരങ്ങളിലെ അധോലോകത്തെ അല്ലെങ്കിൽ ലുംപൻ വിഭാഗങ്ങളെ ഉപയോഗിച്ച് അക്രമനടപടികളിലേക്ക് തിരിയാനും അങ്ങനെ സമൂഹത്തെ തങ്ങളുടെ പടിയിലൊതുക്കാനും അവർ മടിക്കില്ല.

ഇന്ത്യൻ സമൂഹത്തിന്റെ വർഗീയവൽക്കരണം 1947–നു മുമ്പുണ്ടായിരുന്ന വർഗീയതയിൽ നിന്നും മാറിയിരിക്കുന്നു. അന്ന് വർഗീയത രാഷ്ട്രീയ സംഘാടനത്തിന്റെ ഭാഗമായിരുന്നു. 1947–നു ശേഷമുള്ള കാലഘട്ടത്തിൽ വർഗീയത രാഷ്ട്രീയ സംഘാടനത്തിനുള്ള വഴി മാത്രമല്ല, ജീവിതത്തിന്റെ എല്ലാ തുറകളിലേക്കും വിദ്യാഭ്യാസം, മാധ്യമങ്ങൾ, ക്രമസമാധാനത്തിന്റെ ശക്തികൾ മുതലായവയിൽ പ്രത്യേകിച്ചും, വ്യാപിച്ചിരിക്കുന്നു. സമകാലീന സംസ്കാരത്തിന്റെ എല്ലാ മുഖങ്ങളിലും ഇതിന്റെ സ്വാധീനം വ്യക്തമാണ്. ഇന്ന് ഏറ്റവും പ്രകടമായ വർഗീയത ഭൂരിപക്ഷ സമുദായങ്ങളുടേതാണ്. ഇതിന്റെ അർഥം ന്യൂനപക്ഷ വർഗീയത ഇല്ലെന്നല്ല. പക്ഷേ, ഭൂരിപക്ഷവർഗീയതയുടെ പിന്നിലുള്ള ജനങ്ങളുടെ എണ്ണം നമ്മെ അമ്പരപ്പിക്കും വിധം വലുതാണ്. വർഗീയതയെ ന്യായീകരിക്കാൻ ഇന്ത്യാചരിത്രത്തെ ഏറ്റവുമധികം ഉപയോഗിക്കുന്നതും ഭൂരിപക്ഷ വർഗീയതയാണ്. എന്നാൽ ചരിത്രപരമായ വിശകലനങ്ങൾ ഇവരുടെ അവകാശവാദങ്ങളെ ചോദ്യം ചെയ്യുന്നു.

ഹിന്ദുമതവും ഹിന്ദുസമുദായവും

ഇന്ത്യയുടെ ഭൂതകാലത്തിന്റെ നിരീക്ഷണങ്ങളിൽ രണ്ട് കാഴ്ചപ്പാടുകൾ ഇഴപിണഞ്ഞുകിടക്കുന്നു. ഒന്ന്, ഇന്ത്യൻ സമൂഹത്തെ കുറിച്ചുള്ള വർഗീയ വീക്ഷണത്തെ പ്രോത്സാഹിപ്പിച്ചു വന്ന ചരിത്ര വിശകലന സിദ്ധാന്തങ്ങൾ ഏതെല്ലാമാണെന്ന പ്രശ്നമാണ്. ചരിത്രകാരന്മാർ ഇതുവരെ അവഗണിച്ചുവന്നത് വർഗീയതയുടെ ചരിത്രപരമായ ന്യായയുക്തതയെക്കുറിച്ചുള്ള അവകാശവാദങ്ങളെ നിരുത്സാഹപ്പെടുത്തുന്നതുമായ തെളിവുകളും കാഴ്ചപ്പാടുകളും ഏതെല്ലാമാണെന്നതാണ് മറ്റൊരു ചോദ്യം. ഈ സന്ദർഭത്തിൽ നിന്ന് ഹിന്ദുവർഗീയതയ്ക്ക് ലഭിച്ചിരിക്കുന്ന അധീശത്വത്തിന്റെ സാഹചര്യത്തിൽ ഇതുമായി ബന്ധപ്പെട്ട് രണ്ട് ആശയങ്ങൾ പരിശോധിക്കാൻ ഞാൻ ആഗ്രഹിക്കുന്നു; ഹിന്ദുമതത്തിന്റെ ആശയവും അതിപ്രാചീനകാലം മുതൽ നിലനിന്നുവന്ന ഹിന്ദുസമുദായത്തിന്റെ ആശയവും.

വർഗീയതയെയും ചരിത്രപൈതൃകത്തെയും കുറിച്ചുള്ള ഏതൊരു ചർച്ചയും അനിവാര്യമായി ആരംഭിക്കുന്നത് കാലഗണനാക്രമത്തെ സംബന്ധിച്ച ചോദ്യങ്ങളുമായാണ്. പത്തൊമ്പതാം നൂറ്റാ

ണ്ടിന്റെ ആദ്യഘട്ടം മുതൽ ചരിത്രരചനയിൽ വ്യാപകമായി ഉപയോഗിച്ചുവന്ന കാലഗണനാക്രമം ഇന്ത്യാ ചരിത്രത്തിന്റെ ഹിന്ദു–മുസ്ലീം ബ്രിട്ടീഷ് കാലഘട്ടങ്ങളായുള്ള വിഭജനമായിരുന്നു. ഇന്ത്യാചരിത്രത്തെക്കുറിച്ചുള്ള ഒരു ബ്രിട്ടീഷ് നിരീക്ഷണത്തിന്റെ പ്രതിഫലനമായിരുന്നു ഇത്. ഇതിന്റെ ഉറവിടം ജെയിംസ് മില്ലിന്റെ രചനയായ *ബ്രിട്ടീഷ് ഇന്ത്യയുടെ ചരിത്രം* എന്ന ഗ്രന്ഥത്തിലാണ്. മിൽ തന്റെ പുസ്തകത്തിൽ ഇന്ത്യാ ചരിത്രത്തെ ഹിന്ദു സംസ്കാരം, മുസ്ലീം സംസ്കാരം, ബ്രിട്ടീഷ് കാലഘട്ടം എന്നിങ്ങനെ മൂന്നുകാലഘട്ടങ്ങളായി വേർതിരിച്ചു. ഈ ഹിന്ദുക്കളെക്കുറിച്ചുള്ള സങ്കൽപ്പമെന്നത് രസാവഹമാണ്. കാലഘട്ടനിർണയം ഇന്ത്യാ ചരിത്രത്തെക്കുറിച്ചുള്ള വളരെ ഉപരിപ്ലവമായ ധാരണയുടെ അടിസ്ഥാനത്തിലായിരുന്നു. അടുത്ത വർഷങ്ങളിൽ ഇത് തെറ്റാണെന്നും അപര്യാപ്തമാണെന്നും മാർക്സിസ്റ്റ് ചരിത്രകാരൻമാർ വാദിച്ചതുവരെ ഈ കാലഗണനാക്രമത്തെ ചരിത്രകാരന്മാർ ഗൗരവപൂർവം വിമർശിച്ചില്ലെന്നത് രസാവഹമാണ്. ഈ കാലഗണനാ ക്രമം ചരിത്രത്തിന്റെ വർഗീയ വിശകലനത്തിന് അടിത്തറയാകുന്നു എന്നു മനസിലാക്കിയ ദേശീയചരിത്രകാരൻമാർ ഈ നൂറ്റാണ്ടിന്റെ ആദ്യഘട്ടത്തിൽ അതിനെ മാറ്റാൻ ശ്രമിച്ചു. പക്ഷേ, അവർ കാലഘട്ടങ്ങളുടെ പേരുകൾ പ്രാചീനകാലം, മധ്യകാലം, ആധുനികകാലം എന്ന് മാറ്റിയതേയുള്ളു. ഇവയും പൂർണമായി യൂറോപ്യൻ ചരിത്രത്തിൽനിന്ന് കടമെടുത്തതായിരുന്നു. കാലനിർണയത്തിന്റെ ഏറ്റവും കാതലായ ഘടകം ഓരോ കാലഘട്ടത്തിന്റെയും ഒടുക്കത്തിന്റെയും അടുത്തതിന്റെ തുടക്കത്തിന്റെയും നിർണയമാണ്. ഇതിൽ ഒരു മാറ്റവും വന്നില്ല. പ്രാചീനകാലം മുസ്ലീങ്ങളുടെ വരവോടെ അവസാനിച്ചു. മധ്യകാലം ബ്രിട്ടീഷുകാരുടെ വരവോടെയും.

ഇത്തരത്തിലുള്ള കാലനിർണയത്തിൽ കൊളോണിയൽ ചരിത്രപഠനം രാജവംശങ്ങളുടെ മാറ്റങ്ങളനുസരിച്ച് ഓരോ കാലഘട്ടവും വ്യത്യസ്തമാണെന്ന് ഊന്നിപ്പറഞ്ഞു. വർഗീയവാദികൾ ഇതിനെ ഫലപ്രദമായി ഉപയോഗിക്കുകയും ഇത്തരത്തിലുള്ള വേർതിരിവുകൾ ഇന്ത്യൻ സമൂഹത്തിൽ അന്തർഭവിച്ചിരിക്കുന്നുവെന്ന് വാദിക്കുകയും ചെയ്തു. ഇത് ആരംഭിച്ചത് ഹിന്ദുഭരണത്തിന്റെ 'ശ്രേഷ്ഠ'മായ കാലഘട്ടം അവസാനിപ്പിച്ച് മുസ്ലീങ്ങൾ ഇന്ത്യയിൽ വന്നതോടെയാണെന്ന് അവർ വാദിച്ചു. ഈ വേർതിരിവ് വ്യത്യസ്തമായ മതസമുദായങ്ങളെക്കുറിച്ചുള്ള ആശയങ്ങൾക്ക് പ്രോത്സാഹനം നൽകി. മതസമുദായങ്ങൾ രാഷ്ട്രീയവും സാമൂഹ്യവും നിയമപരവുമായ ആവശ്യങ്ങൾക്കു വേണ്ടി ഇന്ത്യൻ സമൂഹത്തിന്റെ യൂണിറ്റുകളാണെന്ന രീതിയിൽ അവതരിപ്പിക്കപ്പെട്ടു. ഇതിന്റെ ഫലമായി മധ്യകാലചരിത്രത്തെക്കുറിച്ചുള്ള ഏകകാരണ വിശദീകരണങ്ങളുണ്ടായി. പരസ്പര വൈരികളായിരുന്നെന്നു കരുതപ്പെട്ട ഹിന്ദുക്കളും മുസ്ലീങ്ങളും

തമ്മിലുള്ള ബന്ധങ്ങൾ ഏറ്റവും പ്രധാനപ്പെട്ട ഘടകങ്ങളായി കരുതപ്പെട്ടു. ഹിന്ദുസമുദായത്തിൽ ബുദ്ധമതക്കാരും ജൈനൻമാരും സിഖുകാരും അടങ്ങിയിരിക്കുന്നുവെന്നു കരുതപ്പെടും.

ഇന്ത്യൻ ഭരണഘടനയിലെ ഹിന്ദുവിന്റെ നിർവചനവും ഇതേ പ്രകാരമാണ്. ഈ മതവിഭാഗങ്ങൾക്ക് വ്യത്യസ്തമായ വിശ്വാസ സംഹിതകളും വളരെ വ്യത്യസ്തമായ മതസംഘടനാരൂപങ്ങളും ഉണ്ടെന്ന വസ്തുത അവരെ ഹിന്ദുക്കളായി മുദ്രയടിക്കുന്നതിന് വിലങ്ങുതടികളായില്ല. ഇസ്ലാമിനുമുമ്പ് ഇന്ത്യയിൽ വളർന്നുവന്ന എല്ലാ മതപ്രസ്ഥാനങ്ങളും ഹിന്ദുമതത്തിന്റെ ഭാഗമായി കരുതപ്പെട്ട സിന്ധുനദിക്കപ്പുറമുള്ള പ്രദേശത്തെ അൽഹിന്ദ് എന്നും അവിടെ താമസിക്കുന്ന എല്ലാവരെയും ഹിന്ദുക്കളെന്നും വിളിച്ച അറബി എഴുത്തുകാരുടെ ഏതാണ്ടതേ നിർവചനമാണ്. പിന്നീട് ഈ പദം മതപരമായി ഉപയോഗിക്കപ്പെടുകയും മുസ്ലീങ്ങളും ക്രിസ്ത്യാനികളുമല്ലാത്ത എല്ലാവരെയും ഈ പദത്തിൽ ഉൾപ്പെടുത്തുകയും ചെയ്തു.

ഭൂരിപക്ഷ ന്യൂനപക്ഷ സമുദായങ്ങളെക്കുറിച്ചുള്ള ആശയം തികച്ചും ആധുനികമാണ്. സമുദായങ്ങളുടെ എണ്ണത്തിന്റെയും പ്രാതിനിധ്യത്തിന്റെയും അടിസ്ഥാനത്തിൽ പത്തൊൻപതാം നൂറ്റാണ്ടിലാണ് ഈ ആശയം ഉടലെടുത്തത്. ഒരു പ്രത്യേക മതത്തെ പിന്തുടരുന്നവരുടെ എണ്ണമാണ് അതിന്റെ ഭൂരിപക്ഷ ന്യൂനപക്ഷ സ്വഭാവത്തെ നിർണയിക്കുന്നത്. ഒരു മതസമുദായത്തെ സമൂഹത്തിലെ പ്രാഥമിക യൂണിറ്റായി കാണുന്ന സമ്പ്രദായം മറ്റുതരത്തിലുള്ള വർഗീയവൽക്കരണത്തിന്റെയും വ്യക്തിത്വത്തിന്റെയും സാധ്യത ഇല്ലാതാക്കുകയും മതപരമായ വ്യക്തിത്വത്തിൽ മാത്രം ഊന്നുകയും ചെയ്യുന്നു. അപ്പോൾ ഉയരുന്ന പ്രശ്നം എങ്ങനെയാണ് ചരിത്രത്തിൽനിന്ന് മതസമുദായത്തെക്കുറിച്ചുള്ള ആശയം രൂപപ്പെടുത്തുന്നത് അല്ലെങ്കിൽ, മതസമുദായത്തിന്റെ രൂപീകരണത്തിൽ ഉപയോഗിക്കപ്പെട്ട ഭൂതകാലഘടകങ്ങൾ എന്തൊക്കെയാണ് എന്നതാണ്?

ആര്യവംശ സിദ്ധാന്തം

ഇവയിൽ ഒരു പ്രധാനഘടകം ആര്യവംശസിദ്ധാന്തമാണ്. പത്തൊൻപതാം നൂറ്റാണ്ടിന്റെ മധ്യഘട്ടത്തിൽ യൂറോപ്പിൽ പ്രചരിച്ച ഈ സിദ്ധാന്തം, ഇന്ത്യാചരിത്ര സാമഗ്രികളിൽ എവിടെയെല്ലാം ആര്യൻമാർ വരുന്നുവോ അവിടെയെല്ലാം ഉപയോഗിക്കപ്പെട്ടു. ഇതിന്റെ ഉപയോഗം ചരിത്ര രചനയിൽ നിർണായകമായ സ്വാധീനം ചെലുത്തി. കാരണം, ജൈവശാസ്ത്രപരവും, അതുകൊണ്ട് നൈസർഗികവുമായ വംശവിവേചനമാണ് ഇന്ത്യയിൽ ഉണ്ടായിരുന്നതെന്ന് വാദിക്കപ്പെട്ടു.

വേർതിരിവുകൾ രണ്ടുതരത്തിൽപ്പെട്ടവയായിരുന്നു; ഒന്ന്,

ഇന്ത്യാചരിത്രത്തിൽ വ്യാപകമായി ഉപയോഗിക്കപ്പെട്ട, ആര്യനും അനാര്യനും തമ്മിലുള്ള വേർതിരിവ്. മറ്റൊന്ന്, ആര്യന്മാരെയും സെമറ്റിക് വർഗക്കാരെയും തമ്മിൽ വേർതിരിക്കാനുള്ള യൂറോപ്യൻ താൽപ്പര്യം ആയിരുന്നു. ആര്യൻമാരുടെ ഒരു ആക്രമണമുണ്ടായെന്നും അവർ ഇന്ത്യയിൽ വസിച്ചിരുന്ന അനാര്യൻമാരെ കീഴ്പ്പെടുത്തിയെന്നും വാദിക്കപ്പെട്ടു. അനാര്യൻമാരെ സാധാരണയായി ദ്രാവിഡരുമായി തുലനം ചെയ്യാറുണ്ട്. ആര്യനെന്നു കരുതപ്പെട്ട സംസ്കാരം ഇന്ത്യയിൽ അവതരിപ്പിക്കപ്പെട്ടതിനുള്ള വിശദീകരണമായി ഈ ആക്രമണം കണക്കാക്കപ്പെട്ടു. ആര്യനും അനാര്യനും തമ്മിലുണ്ടാക്കിയ ഈ അന്തരം ഇന്ത്യയുടെ സാംസ്കാരികചരിത്രം അനാര്യൻമാരുടെ ആര്യവൽക്കരണമാണെന്ന ആശയത്തിലെത്തിച്ചു. നേരെതിരിച്ചുള്ള ഒരു പ്രക്രിയയെ കാണാനുള്ള അവസരം പോലുമില്ലായിരുന്നു. ആര്യൻമാരെ സെമിറ്റിക് വർഗങ്ങളിൽനിന്നു വേർതിരിക്കുന്ന സമീപനം, ഉപബോധതലത്തിലെങ്കിലും, ഹിന്ദു/ആര്യൻമാരെ മുസ്ലീം/സെമിറ്റിക്കുകളിൽ നിന്ന് വേർതിരിക്കാൻ കൊളോണിയൽ ചരിത്രകാരൻമാരെ പ്രേരിപ്പിച്ചിരിക്കണം. ഹിന്ദുക്കളുടെയും മുസ്ലീങ്ങളുടെയും കാര്യത്തിൽ വംശവിവേചനം ഉപയോഗിക്കാൻ സാധ്യമല്ലെന്ന വസ്തുത അവഗണിക്കപ്പെട്ടു. ഹിന്ദുക്കളെല്ലാവരും ആര്യൻമാരല്ല. ഇന്ത്യക്കു പുറത്തുള്ള മുസ്ലീങ്ങളിൽ ഭൂരിപക്ഷം വരുന്ന ഇറാനിയൻ, തുർക്കി, അഫ്ഘാൻ മുസ്ലീങ്ങൾ സെമിറ്റിക് വർഗക്കാരുമല്ല.

ആര്യവംശസിദ്ധാന്തത്തിന്റെ മറ്റൊരു വശം ശുദ്ധിയുള്ളവരോ താരതമ്യേന ശുദ്ധിയുള്ളവരോ ആയ ആര്യൻമാരായ ഉപരിജാതികളുടെ ഔന്നത്യത്തെ സംബന്ധിച്ച വാദമാണ്.

അവരാണ് ഈ വ്യക്തിത്വത്തിന് ആവശ്യമായ സാംസ്കാരിക രൂപങ്ങൾ പിന്തുടർന്നുവന്നത്. ബ്രാഹ്മണമതമാണ് അധീശത്വമുള്ള മതമായി കണ്ടുവന്നത്. ഉപരിജാതികളുടെ മതമാണ് ഹിന്ദുമതത്തിന്റെ നിർമിതിയുടെ ചട്ടക്കൂടു തയാറാക്കുന്നത്.

കഴിഞ്ഞ ഏതാനും വർഷങ്ങളായി പുരാവസ്തു ശാസ്ത്രജ്ഞരും ഭാഷാഗവേഷകരും ഈ സിദ്ധാന്തത്തെ ചോദ്യം ചെയ്തിട്ടുണ്ട്. പരിസ്ഥിതി ശാസ്ത്രം, ജനസംഖ്യാ നിർണയം, പാർപ്പിടങ്ങളുടെ സ്വഭാവം വിവിധ ഗ്രൂപ്പുകളിലെ ഭാഷാപരമായ വ്യതിയാനങ്ങൾ, വിശ്വാസ സംഹിതകൾ തമ്മിലുള്ള പരസ്പര സമ്പർക്കം മുതലായ സൂചികകൾ ഉപയോഗിച്ച് എങ്ങനെ ചരിത്രകാരൻമാർ സമൂഹത്തിന്റെയും സംസ്കാരത്തിന്റെയും പരിണാമത്തെ കാണുന്നുവെന്നതിനെ സംബന്ധിച്ച് പുതിയ ഒരു കൂട്ടം ചോദ്യങ്ങൾ ഉയർന്നു വന്നിട്ടുണ്ട്. 'ആര്യൻ' എന്ന പദം ജൈവശാസ്ത്രപരമായ ഒരു വംശത്തെ സൂചിപ്പിക്കാൻ ഉപയോഗിക്കുന്നില്ല. ആര്യൻമ്മാരെ വേർതിരിച്ചറിയാനുള്ള മാർഗം ഭാഷയാണ്. അതുകൊണ്ട്, ആര്യഭാഷ സംസാരിക്കു

ന്നവർ ഇന്ത്യയിൽ വന്നുവെന്ന് പറയുന്നതായിരിക്കും ശരി. അവർ കുടിയേറ്റം വഴിയോ കച്ചവടം വഴിയോ കന്നുകാലികൾക്ക് മേച്ചിൽസ്ഥലങ്ങൾ അന്വേഷിച്ചോ വന്നവരാകാം. ആര്യഭാഷ സംസാരിക്കുന്നവരിൽനിന്നും അല്ലാത്തവരിൽ നിന്നം വിവിധ ഘടകങ്ങൾ ചേർന്നുണ്ടായ സമൂഹത്തിന്റെയും സംസ്കാരത്തിന്റെയും പരിണാമത്തെയും കുറിച്ചും പറയാൻ കഴിയും.

മതപരമായ ചരിത്രം

പ്രാചീനകാലത്തെ വടക്കുപടിഞ്ഞാറേ ഇന്ത്യയുടെ ഏറ്റവും പ്രധാനപ്പെട്ട പ്രത്യേക ഇന്തോ-ആര്യൻ മുഖ്യസ്ഥാനമുള്ള ഒരു ഭാഷ ഗണ്യമായ തോതിൽ ഉപയോഗിച്ചിരുന്നു എന്നതാണ്. എങ്കിലും ആര്യവംശസിദ്ധാന്തം പ്രാചീന ഇന്ത്യാ സംസ്കാരത്തെക്കുറിച്ചുള്ള ചരിത്രകാരൻമാരുടെയും ജനങ്ങളുടെയും കാഴ്ചപ്പാടിനെ ഇന്നും സ്വാധീനിക്കുന്നു. പത്തൊൻപതാം നൂറ്റാണ്ടിൽ ഉപരിജാതികളിൽ നിന്നു വളർന്നുവന്നതും തങ്ങളെ വ്യത്യസ്തവും ഉന്നതവുമായി സ്വയം കണക്കാക്കിയതുമായ മധ്യവർഗത്തിന്റെ താൽപ്പര്യങ്ങളുമായി വളരെയധികം യോജിച്ച സിദ്ധാന്തമായതുകൊണ്ടാകാം ഇത് പ്രചരിച്ചത്. പൗരസ്ത്യവാദികളായ പണ്ഡിതന്മാർ ഇന്ത്യൻ സംസ്കാരത്തിന് നൽകിയതായി കണ്ടുവന്ന മതിപ്പിലാണ് സ്വന്തം പദവിയുടെ അനുസ്യൂതത്വം അവർ കണ്ടത്. ഇതുകൂടാതെ, വ്യക്തമായ എതിരുദാഹരണങ്ങൾ കണ്ടിട്ടുപോലും ചില വിഭാഗങ്ങൾ ഇത്തരം പാണ്ഡിത്യത്തിൽ പക്ഷപാതമില്ലെന്ന് പൂർണമായി വിശ്വസിക്കുകയും ചെയ്തു.

പ്രാചീന ഇന്ത്യാചരിത്രത്തിൽ പൗരസ്ത്യവാദികൾക്ക് താൽപ്പര്യമുണ്ടായിരുന്നത് രണ്ടു കാരണങ്ങൾ കൊണ്ടാണ്. ഒന്ന്, ബുദ്ധിപരമായ അന്വേഷണകൗതുകം. രണ്ട്, ഇന്ത്യയുടെ വർത്തമാനകാലം യൂറോപ്പിന്റെ ഭൂതകാലത്തിന് സമാനമാണെന്ന ആശയം. ലഭ്യമായ തെളിവുകളുടെ ശ്രദ്ധാപൂർവമായ പരിശോധന വഴി ഇന്ത്യയുടെ ഭൂതകാലം വീണ്ടും കണ്ടെത്തിയത് ഇന്ത്യൻ ചരിത്രകാരന്മാരുടെ ഇടയിൽ പൗരസ്ത്യവാദികളായ പണ്ഡിതന്മാർക്ക് അംഗീകാരം നേടാൻ സഹായിച്ചു. ദേശീയതയുടെ ആശയസംഹിതകൾക്ക് ഭൂതകാലപഠനത്തിന്റെ പുനർനിർമിതിക്ക് പൗരസ്ത്യവാദികളുടെ പാണ്ഡിത്യത്തെ ആശ്രയിക്കുന്നതിനുള്ള പ്രവണതയുണ്ടായി. തങ്ങൾക്ക് തീരെ അപരിചിതമായ ഒരു മതത്തെയാണ് പൗരസ്ത്യവാദികൾക്ക് കൈകാര്യം ചെയ്യേണ്ടിവന്നത്. യൂറോപ്യൻ പണ്ഡിതന്മാർക്ക് മനസിലാക്കാൻ കഴിയുന്ന രീതിയിൽ അതിനെ പരിചിതമായ രൂപത്തിൽ അവതരിപ്പിക്കേണ്ടതുണ്ടായിരുന്നു.

പൗരസ്ത്യവാദം പ്രാചീന ഇന്ത്യൻ സമൂഹത്തെക്കുറിച്ചുള്ള

ബ്രാഹ്മണരുടെ വീക്ഷണത്തെയാണ് പ്രോത്സാഹിപ്പിച്ചത്. നേരിട്ടുള്ള നിരീക്ഷണങ്ങളുടെയും തെളിവുകളുടെയും അടിസ്ഥാനത്തിൽ പ്രവർത്തിക്കുന്ന നരവംശശാസ്ത്രജ്ഞന്മാർ പോലും ഇന്ത്യൻ സമൂഹത്തെയും മതത്തെയും ബ്രാഹ്മണരുടെ കൃതികളുടെ കാഴ്ചപ്പാടിൽ നിന്നാണ് കണ്ടത്. ഹിന്ദുമത ചരിത്രങ്ങൾ മിക്കവാറും ഇത്തരം ഗ്രന്ഥങ്ങളുടെ ചരിത്രങ്ങളാണ്. ഗ്രന്ഥങ്ങൾ, ചടങ്ങുകൾ, വിശ്വാസങ്ങൾ എന്നിവയെ ചരിത്ര സന്ദർഭവുമായി ബന്ധപ്പെടുത്താനുള്ള ശ്രമങ്ങൾ വളരെ കുറവാണ്.

മതവിശ്വാസത്തെയും പ്രവർത്തനത്തെയും ഹിന്ദുമതം എന്നറിയപ്പെട്ട സമ്പൂർണ മതമായും യുക്തിസഹമായ ഒരു വിശ്വാസമായും രൂപപ്പെടുത്താനുള്ള പൗരസ്ത്യവാദികളുടെ ശ്രമം അവർക്ക് കൂടുതൽ പരിചിതമായിരുന്ന സെമിറ്റിക് മതങ്ങളുടെ കാഴ്ചപ്പാടിൽ നിന്നായിരുന്നു. ഈ കാഴ്ചപ്പാടുകൾ പത്തൊൻപതാം നൂറ്റാണ്ടിലെയും ഇരുപതാം നൂറ്റാണ്ടിന്റെ ആദ്യഘട്ടത്തിലെയും സാമൂഹ്യ മതപരിഷ്കരണ പ്രസ്ഥാനങ്ങളെ ഏറിയും കുറഞ്ഞും സ്വാധീനിച്ചിരുന്നു. ഹിന്ദുമതത്തെക്കുറിച്ച് ഇന്നു നടക്കുന്ന പല വിലയിരുത്തലുകളും അവ്യക്തമായി മനസിലാക്കപ്പെട്ട ഏതെങ്കിലും സെമിറ്റിക് മതരൂപത്തിന് സമാന്തരമായി മാത്രം കൈകാര്യം ചെയ്യുന്നരീതിയിൽ നിന്ന് ഉരുത്തിരിഞ്ഞുവന്നതാണ്. മതവിശ്വാസങ്ങളെക്കുറിച്ച് ഇന്ത്യയിൽ നിന്നും ലഭിക്കുന്ന തെളിവുകൾ നൽകുന്ന ധാരണയിൽനിന്ന് വ്യത്യസ്തമാണിത്.

മത പദ്ധതികൾ

പൗരാണിക സ്രോതസുകൾ സൂചിപ്പിക്കുന്ന ഇന്ത്യൻ മതത്തിന്റെ സ്വഭാവം ഇസ്ലാംമതത്തിൽനിന്നും, ക്രിസ്തുമതത്തിൽ നിന്നും വ്യത്യസ്തമാണ്. ഹിന്ദുമതം എന്നു വിളിക്കപ്പെടുന്ന പദ്ധതിയിൽ നിരവധി സമാന്തരപദ്ധതികളുടെ പരമ്പരകൾ ഉൾക്കൊണ്ട് രൂപപ്പെട്ടതായാണ് കാണുന്നത്. ഇവയെ ഹിന്ദുമതങ്ങൾ എന്നു വിളിക്കുന്നതായിരിക്കും കൂടുതൽ ശരി. ഈ സമാന്തരപദ്ധതികൾക്ക് സെമിറ്റിക് മതങ്ങളിൽ നിന്ന് വ്യത്യസ്തമായ അടിസ്ഥാനഘടനയുണ്ട്. ആദിമകാലത്തെ ചരിത്ര സാമഗ്രികളിൽ രണ്ടുതരത്തിലുള്ള പ്രധാന മതവിഭാഗങ്ങളെയാണ് കാണിക്കുന്നത്, ബ്രാഹ്മണമതവും ശ്രമണമതവും. ഇവ തമ്മിൽ പ്രകടമായ അന്തരവുമുണ്ട്. ശ്രമണമതത്തിൽ വൈദികബ്രാഹ്മണ മതത്തിൽനിന്നും വ്യത്യസ്തമായ ബുദ്ധമതക്കാർ, ജൈനൻമാർ, മറ്റു വിഭാഗങ്ങൾ എന്നിവരുൾപ്പെടുന്നു. ശ്രമണമതത്തെ പ്രതിനിധീകരിക്കുന്ന ബുദ്ധമതഗ്രന്ഥങ്ങളിൽ ബ്രാഹ്മണരെയാണ് അവിശ്വാസികളായി കാണുന്നത്. ബ്രാഹ്മണരും ശ്രമണരും തമ്മിലുള്ള ശത്രുത പാമ്പും കീരിയും പോലെയാണെന്ന് വ്യാകരണകാരനായ പതഞ്ജലി പറയുന്നു.

ശ്രമണമതം വ്യവസ്ഥാപിത മതമായിരുന്നു. ബ്രാഹ്മണമതം അത്തരത്തിൽപ്പെട്ടതല്ലായിരുന്നു. രണ്ടും തമ്മിൽ സംഘടനാ രൂപത്തിൽ വ്യത്യസ്തമായിരുന്നു. അനുഷ്ഠാന വിശ്വാസങ്ങളിലും സാമൂഹ്യ മര്യാദകളിലും വ്യത്യാസമുണ്ടായിരുന്നു. ശ്രമണവിഭാഗങ്ങൾ സംഘങ്ങൾ എന്ന പേരിലുള്ള സന്യാസികൾക്ക് രൂപം കൊടുത്തു. എ ഡി ഒന്നാം സഹസ്രാബ്ദത്തിന്റെ അന്ത്യത്തിൽ ബ്രാഹ്മണമതത്തിലും ഇത്തരത്തിലുള്ള സന്യാസവിഭാഗങ്ങൾ ഉണ്ടായി. ഇന്ത്യയുടെ പല ഭാഗങ്ങളിലുമുണ്ടായ ശ്രമണ മതങ്ങളുടെ തകർച്ചയുടെ കാലത്തിൽ തന്നെയായിരുന്നു ഇതും സംഭവിച്ചത്. ബ്രാഹ്മണമതം ജാതിസമൂഹത്തിന്റെ മുന്നുപാധിയായി. ഇത് ബുദ്ധമതത്തിന്റെയും ജൈനമതത്തിന്റെയും സവിശേഷതയല്ലായിരുന്നു. ബ്രാഹ്മണമതം ഓരോ ജാതിക്കും വ്യത്യസ്തമായ ആചാരങ്ങൾ, ചടങ്ങുകൾ, ജാതി പ്രവർത്തനങ്ങൾ എന്നിവയ്ക്ക് ഊന്നൽ നൽകി. ദ്വിജൻമാരും (ഉപനയനം നടത്തുന്നവർ) മറ്റുള്ളവരും തമ്മിൽ വ്യക്തമായ ഭേദം കൽപ്പിച്ചു. ശ്രമണ മതമാകട്ടെ, ജാതിഭേദമില്ലാതെ വിശ്വാസികളുടെ സംഘങ്ങൾ സൃഷ്ടിക്കുന്നതിനാണ് ശ്രമിച്ചത്.

ക്രിസ്ത്വബ്ദത്തിന്റെ ആരംഭത്തിൽ ബ്രാഹ്മണമതം കൂടാതെ ഭാഗവതൻമാരും ശാക്തൻമാരും വളർന്നുവന്നു. നിരവധി ജനകീയ രൂപങ്ങളിൽ നിന്നു രൂപം കൊണ്ടവയാണ് ഇവ. പലതും പുരാണമതങ്ങൾ എന്ന മതങ്ങളുടെ രൂപം കൈക്കൊണ്ടു. എ ഡി ഒന്നാം സഹസ്രാബ്ദത്തിൽ ഇവയ്ക്ക് പലയിടങ്ങളിലും മേൽക്കോയ്മയുണ്ടായി. ഇത് ബ്രാഹ്മണമതത്തിൽ നിന്നും ശ്രമണമതത്തിൽ നിന്നും വ്യത്യസ്തമായിരുന്നു. ഇത് ചില ദൈവങ്ങളെ ആദ്യത്തേതിൽനിന്നു കടമെടുത്തു. രണ്ടാമത്തേതിൽ നിന്ന് ചില ആശയങ്ങൾ സ്വീകരിച്ചു. വ്യക്തിഗതമായ മോക്ഷത്തെക്കുറിച്ചുള്ള ആശയമായിരുന്നു ഇവയിൽ പ്രധാനം. ചില പുരാണമതങ്ങളിൽ പ്രത്യക്ഷപ്പെട്ട തീക്ഷണമായ ഭക്തി സങ്കൽപ്പം ഇവയെ ഇതിനുമുമ്പ് ഉയർന്നുവന്ന മറ്റ് മതരൂപങ്ങളിൽ നിന്നും പ്രത്യേകിച്ച് വൈദിക ബ്രാഹ്മണമതത്തിന്റെ യാഗസങ്കൽപ്പത്തിൽനിന്നും വേർതിരിച്ചു നിർത്തി.

ഒന്നും രണ്ടും സഹസ്രാബ്ദങ്ങളിൽ വളർന്നുവന്ന നിരവധി ഗണങ്ങളെ വേർതിരിച്ചറിയാൻ സാധിക്കുന്നത് അവയുടെ കേന്ദ്ര ആരാധനാമൂർത്തികളുടെ അടിസ്ഥാനത്തിൽ മാത്രമല്ല, ഗണത്തിലെ ജനങ്ങളുടെ സ്ഥാനവും അവർ ഉപയോഗിച്ച ഭാഷയും പ്രധാനമായിരുന്നു. വളരെ പ്രധാനപ്പെട്ട പ്രാദേശിക സ്വഭാവം ഇതിനുണ്ട്. കാരണം ഭക്തി സാഹിത്യം സംസ്കൃതത്തിൽ മാത്രമല്ല പ്രാദേശികഭാഷകളിലും രചിക്കപ്പെട്ടു. സംസ്കൃതത്തിന്റെയും പ്രാദേശികഭാഷയുടെയും ഉപയോഗം ഒരു ഗണത്തിനുള്ളിൽതന്നെ വിവിധ വിഭാഗങ്ങളുണ്ടാക്കിയിരുന്നോ എന്ന് അന്വേഷിക്കാവുന്നതാണ്. പല ഗണങ്ങളും ചില പ്രത്യേക ജാതികളെയാണ് സംഘടിപ്പിച്ചിരുന്നത്. സമൂഹത്തിലെ

ഒരു പ്രത്യേക വർഗത്തിൽ നിന്നാണ് ഓരോ ഗണത്തിനും അനുയായികൾ ഉണ്ടായിരുന്നതെന്ന് ഇത് സൂചിപ്പിക്കുന്നു.

പുരാണ മതങ്ങളുടെ ശ്രദ്ധേയമായ മറ്റൊരു വശം അതിനെ ഏതു വിധത്തിലും പാകപ്പെടുത്തിയെടുക്കാം എന്നതായിരുന്നു. ഗോത്രവർഗാചാരരൂപങ്ങളും ആചാരസമ്പ്രദായങ്ങളുമായി അതിന് ബന്ധപ്പെടാൻ കഴിയും. വിവിധ സാംസ്കാരിക രൂപങ്ങൾ നൽകാനും സ്വീകരിക്കാനുമുള്ള മാർഗമാകാനും കഴിയും. പല ഗണങ്ങളുടെയും സ്വഭാവവിശേഷങ്ങളിൽ ഒന്നായതും, പല വിദേശികളും ഹിന്ദുമതത്തിന്റെ അവശ്യഘടകങ്ങളിൽ ഒന്നായി കണ്ടതുമായ വിഗ്രഹാരാധന, വൈദിക ബ്രാഹ്മണമതത്തിന് അജ്ഞാതമായിരുന്നു.

തികച്ചും സ്വകാര്യമായ വിശ്വാസമേഖലകൾക്കു നൽകിയിരുന്ന പ്രാധാന്യത്തെയും കണക്കിലെടുക്കേണ്ടതുണ്ട്. ദക്ഷിണേന്ത്യയിലെ മതങ്ങളുടെയും സംസ്കാരങ്ങളുടെയും ഒരു സവിശേഷതയാണിത്. ജാതിപരമായ വ്യക്തിത്വങ്ങളുമായി കൂട്ടിയിണക്കപ്പെടുന്ന ചടങ്ങുകളും സമൂഹ്യാചാരങ്ങളും അംഗീകരിക്കപ്പെടണമെന്നാണ് ഇതിലെ വ്യവസ്ഥ. അതിനപ്പുറം, വിശ്വാസമെന്നത് വ്യക്തിപരമായ കാര്യമാണ്. സ്വകാര്യമായ വിശ്വാസമേഖലയുടെ അന്തിമരൂപം സർവസംഗപരിത്യാഗിയുടേതാണ്. സ്വന്തം സ്വകാര്യ വിശ്വാസത്തിനുള്ള അവകാശത്തെ, സമൂഹവുമായുള്ള ബന്ധം ഉപേക്ഷിക്കേണ്ടിവന്നാൽ പോലും, അയാൾ മുറുകെപ്പിടിക്കുന്നു. അതുകൊണ്ട് അയാൾ ബഹുമാനിക്കപ്പെടുകയും ചെയ്യുന്നു.

ഈ മതപദ്ധതികൾക്ക് സെമിറ്റിക് മതങ്ങളുമായി ഒരു സാമ്യവുമില്ല. ചരിത്രപരമായി പരിണമിച്ചുണ്ടായ ഒറ്റ മതമല്ല ഇവ. ഹിന്ദുമതത്തിന് ഒരു സ്ഥാപകനോ, മതസംഘടനാരൂപമോ, സ്ഥാപകന്റെ മൗലികകാശയങ്ങളെ വ്യാഖ്യാനിക്കുമ്പോൾ ഉയർന്നുവരുന്ന വ്യത്യസ്ത കാഴ്ചപ്പാടുകളനുസരിച്ച് ഉണ്ടായിരുന്ന ശാഖകളോ ഇല്ല. ഇന്ത്യയിലെ ഗണങ്ങൾ തുടക്കത്തിൽ സ്വതന്ത്ര ആരാധനാരൂപങ്ങളാണ്. പിന്നീടവ മറ്റു ഗണങ്ങളായി കൂടിച്ചേരുന്നു. ക്രമേണ വ്യത്യസ്ത ആരാധനാരൂപങ്ങൾ. ദൈവങ്ങൾ, ഗണങ്ങൾ മുതലായവ കൂടിച്ചേർന്നുള്ള മതപദ്ധതികളായി മാറുന്നു. സാമൂഹ്യാവശ്യങ്ങളാണ് ഇവയെയെല്ലാം കൂട്ടിയിണക്കുന്നത്.

ആരാധനാപാത്രങ്ങളായവരെക്കുറിച്ച്പരമ്പരാഗത മതവിശ്വാസങ്ങളിൽ ചരിത്രപരതയില്ലായ്മയുണ്ട്. ഇന്ന് പുതിയ ഹിന്ദുമതത്തിൽ (അതിനെ സിൻഡിക്കേറ്റഡ് ഹിന്ദുമതം എന്നാണ് ഞാൻ വിളിക്കുന്നത്) കാണുന്ന ചരിത്രപരതയിലുള്ള ഊന്നൽ ഹിന്ദുമത ചരിത്രത്തിൽ പിൽക്കാലത്ത് മാത്രമുണ്ടായതാണ്. ചരിത്രപരത സാധാരണയായി ചില ഗണങ്ങളിൽ മാത്രം ഒതുങ്ങിനിന്നു. ചിലർക്ക് സ്ഥാപകരും സംഘടിത രൂപങ്ങളുമുണ്ടായിരുന്നു. അവയുടെ ശാഖകളായി ഗണവിഭാഗങ്ങളും ഉണ്ടായിരുന്നു. എന്നാൽ ഇവയെല്ലാം

ഹിന്ദുവെന്ന് മുദ്രയടിക്കാമോ എന്നതും ഇവയെല്ലാം ചരിത്രപരമായി ഒരു പൊതു ഉറവിടത്തിൽ നിന്ന് ഉണ്ടായതാണോ എന്നതും വിവാദപരമായ ചോദ്യമാണ്. ഇവയെല്ലാം ഹിന്ദുമതത്തിൽ നിന്ന് വ്യത്യസ്തമായ ബുദ്ധമതത്തിന്റെയും ജൈനമതത്തിന്റെയും സവിശേഷതകളാണ്. ഈ ചോദ്യങ്ങൾ ഹിന്ദുവെന്ന് സ്വയം വിളിക്കുന്നതും മുസ്ലീങ്ങൾക്ക് വിരുദ്ധമായി നിൽക്കുന്നതുമായ ഒറ്റ ഹിന്ദു സമുദായം ഇന്ത്യയിലുണ്ടായിരുന്നോ എന്ന ചോദ്യത്തിലേക്കു നയിക്കുന്നു.

ഹിന്ദു എന്ന പദത്തിന്റെ ചരിത്രം

'ഹിന്ദു' എന്ന പദത്തിന് അതിന്റേതായ ചരിത്രമുണ്ട്. ഈ ചരിത്രം ഒരിക്കലും മറക്കാൻ പാടില്ലാത്തതാണ്. പ്രാചീന പേർഷ്യയിലെ അഹമെനിസ് ശാസനങ്ങളിലും പിന്നീട് അറബിക ളുടെ രചനകളിലും ഉപയോഗിച്ചുവന്ന ഹിന്ദുഷ്, അൽ ഹിന്ദു എന്നീ ഭൂമിശാസ്ത്രപരമായ പദങ്ങളിൽ നിന്നാണ് ഈ വാക്ക് ഉണ്ടായി ട്ടുള്ളത്. പശ്ചിമേഷ്യയുടെ കാഴ്ചപ്പാടിൽ നിന്ന് നോക്കിയാൽ സിന്ധു നദിക്കരയും അതിനപ്പുറവും താമസിക്കുന്നവരെ സൂചിപ്പിക്കാനാ യിരുന്നു ഈ പദം ഉപയോഗിച്ചിരുന്നത്.

മനുഷ്യവിഭാഗങ്ങളെ ഭൂമിശാസ്ത്രപരമായി സൂചിപ്പിക്കാനു മാണ് ആദ്യം അറബികൾ ഈ പദം ഉപയോഗിച്ചത്. അത് പിന്നീട് ഇന്ത്യയിലെ പ്രാദേശിക മതവിശ്വാസങ്ങൾ പിന്തുടർന്നവരെ സൂചിപ്പിക്കാനും ഉപയോഗിക്കപ്പെട്ടു, ഇസ്ലാമിന് പരിചിതമായിരുന്ന ഒരു സെമിറ്റിക് മതവുമായും ഈ വിശ്വാസങ്ങൾക്ക് സാമ്യമില്ലായിരുന്നു. എല്ലാ പ്രാദേശിക ആരാധനാരൂപങ്ങളെയും കൂട്ടിച്ചേർത്ത് ഹിന്ദുവെന്ന് മുദ്രയടിക്കുന്ന സമ്പ്രദായം, വിവിധ ഗണങ്ങളുടെ അടിസ്ഥാനത്തിൽ മതപരമായ വ്യക്തിത്വം ദർശിച്ച ഹിന്ദുവെന്ന പദം ഉപയോഗിക്കാത്ത, പഴയ പാരമ്പര്യത്തിന് വിരുദ്ധമായിരുന്നു.

മിൽ ഉപയോഗിച്ച കാലഗണനാക്രമം, പ്രധാന സമുദായങ്ങളായ ഹിന്ദുക്കളും മുസ്ലീങ്ങളും തമ്മിലുള്ള സംഘർഷങ്ങളുടെയോ നീക്കു പോക്കുകളുടെയോ കാലഘട്ടമായി ഇന്ത്യാ ചരിത്രത്തിലെ മധ്യകാല മുസ്ലീം കാലഘട്ടത്തെ കാണാനുള്ള പ്രവണതയെ പ്രോത്സാഹിപ്പിച്ചു. രണ്ട് വിഭാഗങ്ങളെയും വ്യക്തമായ സവിശേഷതകളും അതിർവരമ്പു കളുമുള്ള ഏകശിലാത്മക രൂപങ്ങളായി കാണുന്ന പ്രവണതയും ശക്തിപ്പെട്ടു. ഇവരിലോരോരുത്തർക്കും മറ്റുള്ളവരെപ്പറ്റിയുള്ള ധാരണ യെന്താണെന്ന് പരിശോധിക്കുക രസാവഹമായിരിക്കും. മുൻ കാണിച്ച കാലഗണനാക്രമം നിൽക്കുന്നതിനേക്കാൾ യാഥാർഥ്യ ത്തിന്റെ കൂടുതൽ വ്യക്തമായ ചിത്രം നൽകാൻ കഴിയുക അത്തര മൊരു പഠനത്തിനായിരിക്കും.

എന്നുമുതലാണ് ഇന്ത്യയിലെ ജനങ്ങൾ സ്വയം ഹിന്ദുക്കളെന്ന് വിളിക്കാൻ തുടങ്ങിയത് എന്നാണ് ഒരു പ്രധാന ചോദ്യം. ഇന്ത്യയിലെ മതവിഭാഗങ്ങളും ഇസ്ലാമും തമ്മിലുള്ള സമ്പർക്കത്തിൽ വളരെ വൈകിയ ഘട്ടത്തിലാണ് ഈ ആശയം ഉയർന്നുവന്നതെന്നാണ് കാണുന്നത്. മുസ്ലീങ്ങൾ എന്ന പ്രയോഗവും വൈകിയാണ് ഉണ്ടാകുന്നത്. പതിനഞ്ചാം നൂറ്റാണ്ടിൽ കബീർ ഈ രണ്ട് പദങ്ങളും ഉപയോഗിക്കുന്നുണ്ട്.

ആദ്യകാലത്ത് ഇത്തരം മതങ്ങളുമായുള്ള സമ്പർക്കത്തെക്കുറിച്ചുള്ള തെളിവുകൾ, പശ്ചിമേഷ്യയിൽ നിന്ന് വരുന്നവർക്കും ജാതിസമൂഹത്തിന് പുറത്തുള്ളവർക്കും ഒരു പോലെ ഉപയോഗിക്കാവുന്ന പരമ്പരാഗത പദങ്ങളാണ്. പശ്ചിമേഷ്യയിൽ നിന്നും കിഴക്കേ മെഡിറ്ററേനിയനിൽ നിന്നും വന്നവരെ പൊതുവെ വിളിച്ചിരുന്ന യവനൻ എന്ന പദമാണ് മുസ്ലീങ്ങൾക്കുവേണ്ടിയും ഉപയോഗിച്ചത്. മ്ലേച്ഛൻ എന്ന പദവും സാധാരണയായി ഉപയോഗിക്കപ്പെടുന്നുണ്ട്. ശുദ്ധിയില്ലാത്ത എന്നർഥമുള്ള മ്ലേച്ഛൻ എന്ന പദം വേദങ്ങൾ മുതൽക്കുള്ളതാണ്. സംസ്കൃതം സംസാരിക്കാത്തവരെയും വർണാശ്രമധർമങ്ങൾ പിന്തുടരാത്തവരെയും സൂചിപ്പിക്കുന്നതിനാണ് ഇത് ഉപയോഗിക്കുന്നത്. മ്ലേച്ഛന്മാർ ഉയർന്ന പദവിയുള്ള വിദേശികളാകാം. സാമൂഹ്യമായി പിന്നോക്കം നിൽക്കുന്ന വിഭാഗങ്ങളുമാകാം. ചിലപ്പോൾ ഉപയോഗിക്കുന്ന *ശകന്മാർ* എന്ന പദം *സിതിയൻമാരുടെ* കാലം മുതൽക്ക് നിലവിലുള്ളതാണ്. വടക്കുപടിഞ്ഞാറുനിന്ന് വരുന്നവരായ തുർക്കികൾ തുരുഷ്കന്മാർ എന്ന പേരിലാണ് അറിയപ്പെട്ടിരുന്നത്. ഈ വാക്ക് പിന്നീട് മുസ്ലീങ്ങളെ വിളിക്കാനുള്ള സാധാരണ പദമായി. ചരിത്രപരമായ അർഥങ്ങളുള്ള ഈ വിവിധ വാക്കുകൾ ഏകശിലാത്മകതയെയല്ല കാണിക്കുന്നത്. കൂടുതൽ അന്വേഷണത്തിന് വിധേയമാക്കേണ്ട വ്യത്യസ്ത വീക്ഷണകോണങ്ങളെ ഇതു കാണിക്കുന്നു.

ഹിന്ദു മുസ്ലീം സംഘർഷങ്ങളെക്കുറിച്ചുള്ള ആശയം ഇന്ത്യയിൽ മുസ്ലീങ്ങൾ വ്യാപിച്ച കാലഘട്ടത്തിലെയും അതിനുമുമ്പുള്ള കാലത്തിലെയും മതസംഘർഷങ്ങളുടെ സ്വഭാവത്തെക്കുറിച്ചുള്ള പഠനങ്ങൾ ആവശ്യമാക്കുന്നു. മതപരവും ഗണപരവുമായ സംഘർഷങ്ങൾ ആദിമകാലത്തുതന്നെ നിലവിലിരുന്നു. സി-യു-കിയിൽ ഹുയാൻസാങ്ങും രാജതരംഗിണിയിൽ കൽഹണനും ശൈവൻമാരും ബുദ്ധമതക്കാരും തമ്മിലുണ്ടായിരുന്ന സംഘർഷത്തെക്കുറിച്ച് പറയുന്നു. ശൈവൻമാർ ബുദ്ധമത സന്യാസിമാരെ കൊല്ലുന്നതായും ബുദ്ധവിഹാരങ്ങളെ നശിപ്പിക്കുന്നതായും പറയുന്നു.

കാശ്മീർ മതത്തിന്റെ മേലുള്ള ആക്രമണം മതവിഭാഗങ്ങൾ തമ്മിലുള്ള കലഹത്തിന്റെ രൂപത്തിൽ മാത്രമല്ല പ്രത്യക്ഷപ്പെട്ടത്. പതിനൊന്നാം നൂറ്റാണ്ടിൽ ഹർഷൻ എന്ന രാജാവ് ഭരണാവശ്യങ്ങൾക്ക് ധനം സംഭരിക്കുന്നതിനായി വിലപിടിപ്പുള്ള വിഗ്രഹങ്ങൾ

പിടിച്ചെടുക്കാനും ക്ഷേത്രങ്ങൾ നശിപ്പിക്കാനും ഉത്തരവിട്ടു. തമിഴ്നാട്, കർണ്ണാടകം. ആന്ധ്രപ്രദേശ് മുതലായ പ്രദേശങ്ങളിൽ ശൈവൻമാരും ജൈനൻമാരും തമ്മിലുള്ള കലഹത്തെക്കുറിച്ച് നിരവധി സൂചനകളുണ്ട്. ഈ കലഹം അക്രമാസക്തമായി ത്തീരുകയും ജൈനക്ഷേത്രങ്ങളെ നശിപ്പിക്കുക, അവയെ ബലമുപ യോഗിച്ച് ശിവക്ഷേത്രങ്ങളാക്കി മാറ്റുക. ജൈനൻമാരെ പീഡിപ്പി ക്കുക മുതലായ മാർഗങ്ങളിലേക്ക് തിരിയുകയും ചെയ്തു. വീരശൈവന്മാരും ജൈനന്മാരും തമ്മിലുണ്ടായ സംഘർഷം വളരെ തീവ്രമായിരുന്നു.

ചരിത്രത്തിലെ കൂടുതൽ സമീപകാലത്ത്, മുഗൾ കാലത്തിന്റെ അന്ത്യത്തിൽ സന്യാസികളും വൈരാഗികളും തമ്മിൽ തീക്ഷ്ണ മായ കലഹങ്ങളുണ്ടായതായി സൂചനയുണ്ട്. *കലഹിച്ചിരുന്നവർ പരസ്പരം മത്സരിച്ചിരുന്ന വിഭാഗങ്ങളായിരുന്നു. മതപരമായ താൽപ്പര്യങ്ങൾ മാത്രമല്ല സംഘർഷത്തിനു കാരണമായത്. ഈ മതവിഭാഗങ്ങൾ, വളരെ സംഘടിതവും പലപ്പോഴും വിദ്യാഭ്യാസ മുള്ളവരുമായിരുന്നു. ഭരണകൂടത്തിന്റെ സംരക്ഷണത്തിനോ വാണിജ്യാവകാശങ്ങളുടെ മേലുള്ള നിയന്ത്രണത്തിനോ വേണ്ടി യാണ് കലഹമുണ്ടായത്.*

ഉദാഹരണത്തിന് സന്യാസികളും വൈരാഗികളും വൻതോ തിൽ കച്ചവടം ചെയ്തിരുന്നവരായിരുന്നു. തീർഥാടകരുടെ നിവേദ്യങ്ങളിൽ നിന്നു ലഭിക്കുന്ന വരുമാനം പ്രധാനമായിരുന്ന തീർഥാടക കേന്ദ്രങ്ങൾ ഇത്തരക്കാർക്ക് ആകർഷണീയമായി. മതവി ശ്വാസത്തെ വളച്ചൊടിച്ച് വാണിജ്യവൽക്കരണം പ്രോത്സാഹിക്കപ്പെട്ടു. ഇവ വിവിധ മതവിഭാഗങ്ങൾ തമ്മിലുള്ള കലഹങ്ങളുടെ കേന്ദ്രമായി. മതപരമായ കലഹങ്ങളെ വിശ്വാസത്തിന്റെ പ്രശ്നമായി അവതരി പ്പിക്കാൻ ശ്രമിച്ചാലും, അധികാരത്തിനുവേണ്ടിയുള്ള കളികളും സാമ്പത്തിക മത്സരത്തിന്റെ ഘടകവും ഇവയിൽ കാണാം; ഹിന്ദു മുസ്ലീം സംഘർഷങ്ങൾ എന്നു പറയപ്പെടുന്ന കലഹങ്ങളും. ഇതു പൂർണമായും ശരിയാണ്. ഇത്തരത്തിലുള്ള കലഹങ്ങൾ രണ്ട് ഏകശിലാത്മക സമുദായങ്ങൾ തമ്മിലുള്ളതാണെന്നു കരുതാൻ പാടില്ല. ഭൂതകാലത്തിലും അവ അങ്ങനെയായിരുന്നില്ല. ഏകശിലാ ത്മക മതങ്ങളുടെ പ്രാധാന്യം വിവിധ മതവിഭാഗങ്ങളുടെ ഗണങ്ങളുടെ വ്യക്തിത്വമായിരുന്നു. ബുദ്ധമതക്കാരെയും ജൈനൻമാരെയും ആക്രമിച്ചത് ഹിന്ദുക്കളായിരുന്നില്ല. ശൈവമത വിഭാഗങ്ങളായിരുന്നു.

എല്ലാ പ്രദേശങ്ങളിലും ജാതികളിലും പടർന്നു കിടക്കുന്ന പൊതുമതവിശ്വാസം, സമൂഹമര്യാദകൾ, ചടങ്ങുകൾ മുതലായവ യാൽ നിർണയിക്കപ്പെട്ട ഒരൊറ്റ ഹിന്ദുസമുദായത്തിന്റെ ആശയം ആദ്യകാല ചരിത്രസ്രോതസുകളിൽ കാണുന്നില്ല. സമുദായങ്ങളെ ക്കുറിച്ച് സൂചനകളുണ്ട്. പക്ഷേ അവ പ്രദേശം, തൊഴിൽ, ജാതി

ചിലപ്പോൾ മതവിഭാഗങ്ങൾ എന്നിവയുടെ അടിസ്ഥാനത്തിലുള്ളതാണ്. ഇവർ ബുദ്ധമതക്കാർ, ജൈനന്മാർ, ക്രിസ്ത്യാനികൾ, മുസ്ലീങ്ങൾ മുതലായവരെപ്പോലെ മതപരമായ ഒരു പൊതു വ്യക്തിത്വത്തിന്റെ അടിസ്ഥാനത്തിൽ ഒന്നിച്ചു നിന്നിരുന്നില്ല. ധർമ്മശാസ്ത്രങ്ങൾ വിവിധ തരത്തിലുള്ള ധർമ്മങ്ങളെക്കുറിച്ചു പറയുന്നുണ്ട്. ഗ്രാമധർമ്മം, ശ്രേണിധർമ്മം, ജാതിധർമ്മം, മുതലായവ. ഇവയെല്ലാം അനുഷ്ഠാനപരമായ നിയമങ്ങളെയും പ്രവർത്തനങ്ങളെയും സൂചിപ്പിക്കുന്നു. ഈ വ്യക്തിത്വങ്ങൾ ഭാഗികമായി കൂടിപ്പിണഞ്ഞുകിടക്കുന്നു. ഹിന്ദു ധർമ്മത്തെക്കുറിച്ച് ഒരു സൂചനയും ഇക്കാലത്തില്ല. അതും അടുത്ത കാലത്തുണ്ടായ ഒരു പദമാണ്.

ഒരു സമ്പൂർണ ഹിന്ദു സമുദായം ഇല്ലെങ്കിലും പ്രാചീന കാലത്തെ വിഭാഗീയ സംഘർഷങ്ങൾ ഒരു സമുദായത്തിലെ വിഭാഗങ്ങൾ തമ്മിലുള്ള അക്രമാസക്തമായ കലഹങ്ങൾ മാത്രമായി കാണാനാവില്ല. സംഘർഷങ്ങളിൽ ചിലത് മതപരമായ പ്രശ്നങ്ങളുടെ അടിസ്ഥാനത്തിലാണ് ഉണ്ടായതെങ്കിലും അവ രാഷ്ട്രീയ പ്രശ്നങ്ങളുമായി കെട്ടുപിണഞ്ഞുകിടന്നിരുന്നു. ചിലത് സാമ്പത്തിക മത്സരത്തിന്റെ അടിസ്ഥാനത്തിലുണ്ടായവയാണെങ്കിലും മതപരമായ പ്രശ്നങ്ങളെയാണ് അവതരിപ്പിക്കുന്നത്.

സംഘർഷം ഭരണകൂടത്തെയോ സമൂഹത്തിലെ പ്രധാനപ്പെട്ട സ്ഥാപനങ്ങളെയോ പ്രതിനിധീകരിക്കുന്ന വിഭാഗങ്ങൾ തമ്മിലാകുമ്പോൾ, അത് ഒരു സമൂഹപ്രകടനമായിത്തീരുന്നു. വിഗ്രഹഭഞ്ജനവും ക്ഷേത്രങ്ങളുടെ നശീകരണവും ഉയർത്തുന്ന ചോദ്യം വിഗ്രഹങ്ങളും ക്ഷേത്രങ്ങളും മതത്തിന്റെ പ്രതീകമാണോ എന്നതു മാത്രമല്ല. അക്കാലത്തെ രാഷ്ട്രീയ സംസ്കാരത്തിന്റെ പ്രതീകമാണോ എന്നതു കൂടിയാണ്. എ ഡി രണ്ടാം സഹസ്രാബ്ദത്തിൽ വിവിധ മുസ്ലീം ഭരണാധികാരികൾ നടത്തിയ വിഗ്രഹഭഞ്ജനത്തെയും ക്ഷേത്രനശീകരണത്തെയും ഈ സാഹചര്യങ്ങളിൽ നിന്നുവേണം പരിശോധിക്കാൻ.

മുസ്ലീങ്ങൾ നശിപ്പിച്ച ഹിന്ദുക്ഷേത്രങ്ങളെക്കുറിച്ച് ജനവികാരം ഇളക്കി വിടാൻ ഇക്കാലത്ത് ശ്രമങ്ങൾ നടക്കുന്നുണ്ട്. ഒരു ക്ഷേത്രം നിന്ന സ്ഥലത്ത് പണിത ഒരു പള്ളി വർഗീയവൈരം വളർത്താനുള്ള ഒന്നാന്തരം ഉപാധിയായിത്തീരുന്നു. കാരണം അത് സംഘർഷത്തിനു പറ്റിയ ഒരു സ്ഥലം കണ്ടെത്തുകയാണ്. അതോടെ ശത്രുതയുടെ മുന കൂടുതൽ മൂർച്ചയുള്ളതാകുന്നു. ഇത്തരത്തിലുള്ള പള്ളികൾ അഴിക്കുകയും നശിപ്പിക്കുകയും ചെയ്യണമെന്നും പുതിയ ക്ഷേത്രങ്ങൾ അതിന്റെ സ്ഥാനത്തു കെട്ടിയുയർത്തണമെന്നുമുള്ള ആവശ്യം ചരിത്രസ്മാരകങ്ങളെ താറുമാറാക്കും. ഇന്ന് അവ ക്ഷേത്രങ്ങളും പള്ളികളുമാണ്. നാളെ ബൗദ്ധജൈനക്ഷേത്രങ്ങളായിരിക്കും അഴിച്ചുപണിയുക. ഇത് തുടർച്ചയായി എല്ലാ

പൗരാണിക സ്മാരകങ്ങളെയും ബാധിക്കും. ഇന്ന് മുസ്ലീം പള്ളികൾക്കുനേരെ ഭീഷണി ഉയരുകയാണെങ്കിൽ അവ മുസ്ലീം സമുദായത്തിന് തിരിച്ചു നൽകണമെന്ന ആവശ്യമുയരും. അടുത്ത കാലത്തായി, ആർക്കിയോളജിക്കൽ സർവേയുടെ നിയന്ത്രണത്തിലുള്ള സംരക്ഷിത സ്മാരകങ്ങളായ ചില പള്ളികളിൽ ആരാധന അനുവദിച്ചു. ഈ ആനുകൂല്യം ഭൂതകാലത്തിലെ എല്ലാ സ്മാരകങ്ങൾക്കും അനുവദിച്ചാൽ ഇത്തരത്തിലുള്ള സ്മാരകങ്ങളുടെ സംരക്ഷണം കുഴപ്പം പിടിച്ച പ്രശ്നമാകും. കൂടാതെ വർഗീയ ശത്രുതയ്ക്ക് കാരണമായ മറ്റൊരു പ്രശ്നമായിത്തീരും.

തകർന്നുകിടക്കുന്ന ക്ഷേത്രങ്ങളെല്ലാം മുസ്ലീങ്ങളുടെ അക്രമം മൂലം തകർന്നു പോയതാണെന്നാണ് പൊതുവിശ്വാസം. എന്നാൽ ചില ക്ഷേത്രങ്ങൾ തകർന്നു പോയത് രാജാവിന്റെ സംരക്ഷണം നഷ്ടപ്പെട്ടതുകൊണ്ടാണെന്ന് ഇന്ന് നമുക്കറിയാം (ഉദാഹരണം പത്തൊമ്പതാം നൂറ്റാണ്ടിൽ തകർന്നുപോയ വിശാഖപട്ടണം ജില്ലയിലെ സിംഹാചലം ക്ഷേത്രം). ഇന്ത്യയുടെ പരിസ്ഥിതിയുടേയും കാലാവസ്ഥയുടേയും സാഹചര്യത്തിൽ, കെട്ടിടങ്ങൾ നിലനിൽക്കണമെങ്കിൽ അവയ്ക്ക് തുടർച്ചയായി അറ്റകുറ്റപണികൾ നടത്തണം. ഇതിലെന്തെങ്കിലും കുറവു സംഭവിച്ചാൽ അത് ക്ഷേത്രത്തെ ഗുരുതരമായി ബാധിക്കും. ഇത് ക്ഷേത്രങ്ങൾക്ക് മാത്രമല്ല കഴിഞ്ഞ മുന്നൂറ് കൊല്ലങ്ങളിൽപണിത മുസ്ലീം പള്ളികൾക്കും സംഭവിച്ചിട്ടുണ്ട്. അതുകൊണ്ട്, തുടർച്ചയായി ഉപയോഗിക്കാതെ ജീർണിച്ചുപോയ ക്ഷേത്രങ്ങളും ബോധപൂർവം തകർക്കപ്പെടുകയും നശിപ്പിക്കുകയും ചെയ്യപ്പെട്ട ക്ഷേത്രങ്ങളും ഏതെല്ലാമാണെന്ന് വ്യക്തമാക്കേണ്ടതാണ്.

തകർക്കപ്പെടുകയും പിന്നീട് മറ്റു മതങ്ങളുടെ താൽപ്പര്യങ്ങൾക്കനുസരിച്ച് പുതുക്കിപ്പണിയുകയും ചെയ്യപ്പെട്ട ക്ഷേത്രങ്ങളെക്കുറിച്ച് മറ്റൊരു വിഭാഗം ചോദ്യങ്ങളാണ് ചോദിക്കേണ്ടത്. വീരശൈവന്മാർ തകർത്ത ജൈനക്ഷേത്രങ്ങളും ഖുവാത്ത്-ഉൽ-ഇസ്ലാം പള്ളിയായി മാറ്റപ്പെട്ട ദൽഹിയിലെ പിഥോറിന്റെ കോട്ടയും ഇവയിൽപ്പെടുന്നു. മതഭ്രാന്തായിരുന്നു ഇതിനുകാരണമെങ്കിൽ, ഈ സ്മാരകം പൂർണമായി തകർക്കപ്പെടുകയും നശിപ്പിക്കുകയും ചെയ്യുമായിരുന്നു. അല്ലാതെ, മറ്റൊരു മതത്തിന്റെ ഉപയോഗത്തിനു വേണ്ടി മാറ്റിപ്പണിയുകയില്ലായിരുന്നു.

ഇത്തരത്തിലുള്ള അക്രമങ്ങളെ ഉത്തേജിപ്പിക്കുന്നത് മതപരമായ കാരണങ്ങൾ മാത്രമാണോ അതോ പടക്കളത്തിനു പുറത്തുള്ള സൈനിക വിജയവും രാഷ്ട്രീയാധികാരം ഉറപ്പിക്കലുമാണോ? അതോ ആധുനിക പാരമ്പര്യത്തിൽ പഴയ പാരമ്പര്യം നിലനിർത്തുന്നതിനുള്ള ശ്രമമാണോ? ക്ഷേത്രങ്ങൾക്ക് നൽകിയിരുന്ന ദാനങ്ങൾ അവ മുസ്ലീം പള്ളികളായി മാറിയപ്പോൾ പിൻവലിക്കപ്പെട്ടിരുന്നോ, അതോ കൃഷി ഭൂമിയുടേയും മറ്റു നികുതി സ്രോതസുകളുടേയും മേലുള്ള നിയന്ത്ര

ണത്തെ പള്ളിമേലാധികാരികളുടെ കൈയിലേക്കു മാറ്റപ്പെട്ടിരുന്നോ? ദാനങ്ങൾ തുടർന്നിരുന്നെങ്കിൽ സമ്പന്നമായ ഒരു ക്ഷേത്രത്തെ മുസ്ലീം പള്ളിയായി മാറ്റുന്നതിനുള്ള തികച്ചും ലൗകികമായ കാരണമാകുമത്.

ക്ഷേത്രങ്ങളെയും മുസ്ലീംപള്ളികളെയും പോലുള്ള മത സ്ഥാപനങ്ങൾ ഭരണകൂടത്തിന്റെ സംരക്ഷണത്തിലോ അല്ലെങ്കിൽ ശക്തരും സമ്പന്നരുമായ വ്യക്തികളുടെ സംരക്ഷണത്തിലോ നിർമിക്കപ്പെടുമ്പോൾ അവ അക്കാലത്തെ രാഷ്ട്രീയത്തിന്റെ ഭാഗമായിത്തീരുന്നു. *അത്തരത്തിലുള്ള മന്ദിരങ്ങളുടെ നിർമാണത്തിലും നശീകരണത്തിലും രാഷ്ട്രീയാർഥം കാണേണ്ടതാണ്. ഭൂതകാലത്തിലെ രാഷ്ട്രീയം ഭൂതകാലത്തിന്റെ സ്വന്തമാണ്. ഇന്ന് അതിനെ തിരുത്താൻ ശ്രമിക്കുന്നത്. അസാധ്യമായ കാര്യത്തെ നടപ്പിലാക്കാൻ ശ്രമിക്കയാകും. അത് ഇന്നത്തെ പ്രശ്നങ്ങൾ പരിഹരിക്കുകയില്ലെന്നു മാത്രമല്ല വർഗീയ സ്പർധ വർധിപ്പിക്കാനേ സഹായിക്കൂ.*

മതഭ്രാന്തെന്ന സങ്കൽപ്പം എപ്പോഴും പൂർണമായ ഉത്തരം നൽകുകയില്ല. ഔറംഗസേബ് മധുരയിലെ കൃഷ്ണക്ഷേത്രം, തകർത്തത് മതഭ്രാന്തായി സാധാരണയായി വിശദീകരിക്കപ്പെടാറുണ്ട്. പക്ഷെ ഇതിന് മറ്റൊരു വശമുണ്ട്. ഔറംഗസേബിനെതിരെ രാഷ്ട്രീയ നീക്കങ്ങൾ സംഘടിപ്പിച്ചിരുന്നത് ബീർസംഗ് ബുണ്ടേലയാണ്. ക്ഷേത്രം ഒരു ചെറുത്തു നിൽപ്പായിരുന്നു; ചെറുത്തുനിൽപ്പിന്റെ കേന്ദ്രമായിരുന്നു.ഇവിടെ മതവും രാഷ്ട്രീയവും തമ്മിൽ കുടിപ്പിണഞ്ഞു. ക്ഷേത്രത്തിന്റെ നിർമാണവും ധ്വംസനവും അധികാരത്തിനു വേണ്ടിയുള്ള രാഷ്ട്രീയ സമരത്തിന്റെ ഭാഗമായിരുന്നു.

മുസ്ലീം ഭരണാധികാരികൾ നടത്തിയ ഹിന്ദുക്ഷേത്ര ധ്വംസനത്തെ, രാഷ്ട്രീയത്തിന്റെ അംശം കുറച്ചുകാട്ടുകയും മതപരമായ ഘടകങ്ങളിൽ ഊന്നുകയും ചെയ്യുന്ന കൊട്ടാരം എഴുത്തുകളെ ആസ്പദമാക്കി പഠിക്കാനുള്ള പ്രവണതയുണ്ട്. ഇത്തരം പ്രവർത്തനങ്ങളെക്കുറിച്ച് ആ പ്രദേശത്തുള്ളവർ എന്തു കരുതി എന്ന് പരിശോധിക്കുകയാണ് കൂടുതൽ ഉചിതം. അവർ ഇതിനെ ദൈവനിന്ദയായിട്ടാണോ അതോ രാഷ്ട്രീയ വിജയമായിട്ടാണോ കരുതിയത്. കൊട്ടാരം എഴുത്തുകളെ സംബന്ധിച്ചിടത്തോളം ക്ഷേത്രം അധികാരത്തിന്റെ പ്രതീകമാണ്. വ്യത്യസ്ത തലങ്ങളിൽ ഇതിനെക്കുറിച്ച് സമാനമായിട്ടാണോ കണ്ടിരുന്നത്? പ്രാദേശിക തലത്തിലുള്ള പ്രമാണങ്ങളിൽ വടക്കുപടിഞ്ഞാറേ ഇന്ത്യയിലെ പ്രധാനക്ഷേത്രങ്ങളിലേക്ക് ഗസ്നിയിലെ മഹമൂദ് നടത്തിയ ആക്രമണങ്ങളെക്കുറിച്ച് ഒന്നും പറയുന്നില്ലെന്നത് ശ്രദ്ധേയമാണ്.

ക്ഷേത്രധ്വംസനവും മുസ്ലീം പള്ളികളായുള്ള അവയുടെ പരിവർത്തനവും മതഭ്രാന്തിന്റെ ലക്ഷണമാണെങ്കിൽ, ക്ഷേത്രങ്ങൾ പണിതവർ മുസ്ലീം പള്ളികൾ പണിയാനും മടികാണിച്ചില്ലെന്നത്

ശ്രദ്ധേയമാണ്. **റെഹമാന-പ്രാസാദ്** എന്ന സംസ്കൃതഗ്രന്ഥം ക്ഷേത്രങ്ങളും കൊട്ടാരങ്ങളും പണിയുന്നതിനെപ്പറ്റിയുള്ള ഒരു ബൃഹദ്രചനയുടെ ഭാഗമാണ്. കൈത്തൊഴിൽക്കാരുമായും ശിൽപ്പികളുമായും ബന്ധപ്പെട്ട ദൈവിക വാസ്തുവിദ്യാവിദഗ്ധനായ വിശ്വകർമ്മാവ് ഈ ഗ്രന്ഥത്തിൽ വിവിധ മതവിഭാഗങ്ങൾക്കു വേണ്ടിയുള്ള നിരവധി തരത്തിലുള്ള ക്ഷേത്രങ്ങളെക്കുറിച്ചു പ്രതിപാദിക്കുന്നു. ഇക്കൂട്ടത്തിൽ മുസ്ലീം പള്ളിയും ഉൾപ്പെടുന്നു. മുസ്ലീം പള്ളിയെ സാത്വികഭാവം അല്ലെങ്കിൽ ദൈവികാരാധന എന്ന വികാരം ഉൾക്കൊണ്ട് മുസ്ലീങ്ങൾ പണിയുന്ന ക്ഷേത്രമായാണ് കാണുന്നത്. ഹിന്ദുക്കളുടെതായാലും മുസ്ലീങ്ങളുടെതായാലും മതപരമായ മന്ദിരങ്ങൾ നിർമ്മിക്കുന്നതിൽ കൈത്തൊഴിൽ ശ്രേണികൾക്ക് വളരെ പ്രായോഗികമായ മനോഭാവമാണുണ്ടായിരുന്നതെന്ന് വ്യക്തമാണ്.

വിവിധ ഹിന്ദു വിഭാഗങ്ങളിൽപ്പെട്ടവരായാലും മുസ്ലീങ്ങളായാലും തൊഴിൽ വിഭാഗങ്ങൾക്ക് പൊതുതാൽപ്പര്യങ്ങളാണുണ്ടാവുക. ഇത് ക്ഷേത്രങ്ങളുടെ അഴിച്ചുപണിയുടെ പ്രശ്നത്തിനു ബാധകമാണ്. സാധാരണ പ്രചാരത്തിലുള്ള സിദ്ധാന്തം ജനങ്ങൾക്ക് മുമ്പിൽ രണ്ട് മാർഗങ്ങളെ ഉണ്ടായിരുന്നുള്ളു എന്നതാണ്. ഒന്നുകിൽ നിർബന്ധിതമായി ക്ഷേത്രമഴിച്ചുപണിയെ സഹായിക്കുക, അല്ലെങ്കിൽ മരിക്കുക. എന്നാൽ രാഷ്ട്രീയാധികാരം മുസ്ലീം രാജവംശങ്ങളുടെ കീഴിലായിരുന്നിട്ടും, മുസ്ലീങ്ങൾ ഇന്ത്യയിൽ ന്യൂനപക്ഷമായിരുന്നുവെന്ന വസ്തുത, ഈ സിദ്ധാന്തത്തെ ഒട്ടും പിന്തുണയ്ക്കുന്നില്ല. ഇന്ത്യയിലെ മുസ്ലീം ജനസംഖ്യയിലെ എല്ലാവരും ഇവിടെ താമസമാക്കിയ വിദേശികളിൽ നിന്നുണ്ടായതല്ല. ഒരു ചെറിയ ശതമാനം പുറത്തുനിന്നുവന്നവരാണ്. അവരിൽ വലിയഭാഗം തദ്ദേശവാസികളുമായി കൂടിക്കലരുകയും വിവാഹബന്ധങ്ങളിൽ ഏർപ്പെടുകയും ചെയ്തതുകൊണ്ട് അവരെ വിദേശികളെന്നു വിളിക്കാൻ നിർവാഹമില്ല.

ഭൂരിപക്ഷം മുസ്ലീങ്ങളും തദ്ദേശവാസികൾ

തദ്ദേശീയ വിഭാഗങ്ങളിൽ നിന്ന് മതപരിവർത്തനം ചെയ്യപ്പെട്ടവരാണ് ഇന്ത്യയിലെ ഭൂരിഭാഗം മുസ്ലീങ്ങളും. ഈ മതപരിവർത്തനത്തിന്റെ സ്വഭാവം പഠിക്കേണ്ടതുണ്ട്. വ്യക്തിപരമായി മതപരിവർത്തനം ചെയ്യപ്പെട്ട ചിലരൊഴിച്ചാൽ, കൂടുതൽ ആളുകൾ മതപരിവർത്തനം ചെയ്യപ്പെട്ട ജാതിയിൽപ്പെട്ടവരായിരുന്നു.

ഒരു തരത്തിൽ ഒരു മതത്തിൽനിന്ന് മറ്റൊരു മതത്തിലേക്കുള്ള പരിവർത്തനം തീക്ഷ്ണമായ, വ്യക്തിപരവും സ്വകാര്യവുമായ അനുഭവമാണ്. മതപരിവർത്തനം ചെയ്യപ്പെട്ട ആൾക്ക് ഒരു പുതിയ

വ്യക്തിത്വവും പുതിയ ജീവിതരീതിയും കൈവരികയെന്നത് ഒരു വൈകാരികാനുഭവമാണ്. ഈ പ്രക്രിയ വ്യക്തികളുടെ മതപരിവർത്തനത്തിൽ പ്രതിഫലിപ്പിക്കപ്പെടുന്നു. ഒരു ജാതിയോ തൊഴിൽ വിഭാഗമോ മതപരിവർത്തനം ചെയ്യുമ്പോൾ ആ വിഭാഗത്തിന്റെ പഴയ അനുഷ്ഠാനങ്ങളും പാരമ്പര്യങ്ങളും മറക്കപ്പെടുന്നില്ല. ഇത് പൂർണമായ മാറ്റത്തിന്റെ ഉദാഹരണമല്ല. ഇവിടെ നടക്കുന്നത് ഒരു സംസ്കാര പരിവർത്തനമാണ്. ഒരു പ്രവാചകൻ അവതാരമായിത്തീരുന്നു. ഒരു അവതാരം പ്രവാചകനായി പ്രത്യക്ഷപ്പെടുന്നു. ജാതിയുടെ അടിസ്ഥാനത്തിലുള്ള സമൂഹത്തിൽ, പഴയ മതവിശ്വാസങ്ങൾക്കും ആചാരങ്ങൾക്കും ശക്തമായ ജാതി ബന്ധങ്ങളുള്ളപ്പോൾ ഇത്തരത്തിലുള്ള സാംസ്കാരിക വിവർത്തനങ്ങൾ വളരെ വ്യക്തമായി കാണാം. ഇസ്ലാമിൽ സമത്വദർശനമുണ്ടായിട്ടുപോലും, വിവാഹത്തിന്റെയും തൊഴിലിന്റെയും കാര്യത്തിൽ ജാതി അതിന്റെ സ്വാധീനം നിലനിർത്തിയതിൽ അത്ഭുതമില്ല.

മതപരിവർത്തനത്തിന്റെ പുതിയ സ്വഭാവം

ഇന്ത്യൻ അവസ്ഥ ഇസ്ലാമിക മതചിന്തകന്മാരെയും കുഴക്കിയിരിക്കണം. മുഴുവൻ ജനസംഖ്യയും മതപരിവർത്തനം ചെയ്യപ്പെടാത്ത ആദ്യത്തെ സമൂഹമെന്ന നിലയിൽ, അത് ഇത്തരം ചിന്തകന്മാർക്ക് മുൻ പരിചയം ഉണ്ടായിരുന്ന പേർഷ്യ, അഫ്ഘാനിസ്ഥാൻ, മധ്യേഷ്യ എന്നിവിടങ്ങളിൽ നിന്ന് വ്യത്യസ്തമായിരുന്നു. തദ്ദേശീയ മതങ്ങൾക്ക് മതപരിവർത്തനം അന്യമായിരുന്നു. അവിടെ മതപരമായ വ്യക്തിത്വത്തേക്കാൾ പ്രധാനം ഓരോരുത്തരും ജനിക്കുന്ന ജാതിയായിരുന്നു എന്ന വസ്തുത ആശയക്കുഴപ്പത്തെ വർധിപ്പിച്ചിരിക്കണം. മതപരമായ വ്യക്തിത്വത്തിൽ വ്യക്തമായ അതിർവരമ്പുകളുള്ള സെമിറ്റിക് മതങ്ങളിലാണ് മതപരിവർത്തനത്തിന്റെ പ്രസക്തി വർധിക്കുന്നത്. മതപരമായ വ്യക്തിത്വങ്ങളുടെ സാമൂഹ്യമായ പങ്കിനെ ആശ്രയിച്ച് അവയ്ക്ക് ബഹുമുഖ സ്വഭാവം ഉണ്ടാവുകയും കിഴ്മേൽ കിടക്കുകയും അവ്യക്തമായിരിക്കുകയും ചെയ്യുന്ന ഇന്ത്യയിലെ തദ്ദേശീയ മതങ്ങളുടെ കാര്യം അങ്ങനെയല്ലായിരുന്നു. ഹർഷവർധനെപ്പോലുള്ള ഒരു രാജാവിന്റെമേൽ ശൈവൻമാരും ബുദ്ധമതക്കാരും അവകാശവാദം ഉന്നയിച്ചിരുന്നു.

ഹിന്ദുസമൂഹത്തെയും മുസ്ലീം സമൂഹത്തെയും ഏക ശിലാത്മകമായി കണ്ടുകൊണ്ടുള്ള ചരിത്രകാരൻമാരുടെ പ്രതിപാദനം ഈ സമൂഹങ്ങളെ സംബന്ധിച്ച പല പ്രധാന പ്രശ്നങ്ങളും അവഗണിക്കുന്നു. വിവിധ വിഭാഗങ്ങൾ പരസ്പരം എങ്ങനെയാണ് നിരീക്ഷിക്കുന്നത്? മതപരിവർത്തനം ചെയ്യപ്പെട്ട വിഭാഗം അവരുടെ പഴയ കാലത്തെ കെട്ടുകഥകളും വിശ്വാസങ്ങളും പുതിയതായി സ്വീകരിക്ക

പ്പെട്ട തങ്ങളുടെ മിത്തുകളിലേക്ക് കൂട്ടിച്ചേർക്കുന്നുണ്ടോ? സംസ്കൃതഗ്രന്ഥങ്ങൾ സൂചിപ്പിക്കുന്നത് ഇസ്ലാമുമായി കാര്യമായ സംവാദം ഇല്ലായിരുന്നു എന്നാണ്. പക്ഷെ പ്രാദേശിക ഭാഷാസാഹിത്യം വ്യത്യസ്തമായ ചിത്രം നൽകുന്നു. മുസ്ലീം ദർബാറുകളിലെ സദസിന് പുറത്തുള്ള ജനകീയ മതവും ഈ ദർബാറുകളിലെ എഴുത്തുകാരുടെ താൽപ്പര്യങ്ങളും വ്യത്യസ്ത കാഴ്ചപ്പാടുകളിലേക്കാണ് വിരൽ ചൂണ്ടുന്നത്. 16–ാം നൂറ്റാണ്ടിലെ പ്രഭാവശാലിയായ മറാത്ത ഭക്തനായിരുന്ന ഏകനാഥൻ ഒരു ഹിന്ദു–തുർക്കി സംവാദം തയാറാക്കി. അതിൽ മതകാര്യങ്ങളെക്കുറിച്ച് വാശിയേറിയ വിവാദം നടക്കുന്നു. അതിൽ പ്രധാന വാദവിഷയം വിഗ്രഹാരാധനയുമാണ്. അന്തിമമായി അവർ തമ്മിൽ പരസ്പര ധാരണയും യോജിപ്പുമുണ്ടാകുന്നു.

ഇത്തരം രേഖകൾ എത്ര ആദർശവൽക്കരിക്കപ്പെട്ടവയായാലും വ്യത്യസ്ത ഗ്രൂപ്പുകളുടെ കാഴ്ചപ്പാടുകളുടെ കേന്ദ്രബിന്ദുക്കൾ എന്തെല്ലാമാണെന്ന് തിരിച്ചറിയുന്നതിൽ ഇവ അമൂല്യമാണ്. മറാത്തിയിലെ ബഖാർ സാഹിത്യം മറാത്താഭരണത്തെ ന്യായീകരിക്കുന്നത് മുഗളന്മാർ ഉൾപ്പെടെയുള്ള മുൻഗാമികളെ ആദ്യം ന്യായീകരിച്ചുകൊണ്ടാണ്. മഹാരാഷ്ട്രയിലെ ഭക്തി പാരമ്പര്യത്തിലുള്ള ഗുരുശിഷ്യബന്ധം ബ്രാഹ്മണരെയും മുസ്ലീങ്ങളെയും ഗുരുവിന്റെയോ ശിഷ്യന്റെയോ സ്ഥാനമെടുക്കാൻ അനുവദിച്ചു. ഷേഖ് മുഹമ്മദിന്റെ പരിശീലനം ഇതിന് ഉദാഹരണമാണ്. പതിനെട്ടാം നൂറ്റാണ്ടിൽ മുസ്ലീം സന്ത് ആയിരുന്ന ഷാമുനി പേഷാ ബ്രാഹ്മണഭരണത്തിന്റെ കാലത്ത് *സിദ്ധാന്തബോധം* എന്ന ഗ്രന്ഥമെഴുതി. ഇത് ശിവജിയുടെ നേതൃത്വത്തിൽ നടന്നതായി പറയപ്പെടുന്ന ഹിന്ദു പുനരുത്ഥാനത്തിനു ശേഷമാണെന്നോർക്കണം. ഇസ്ലാമിന്റെ ഉത്ഭവത്തെ വിശദീകരിക്കാൻ അദ്ദേഹം ഉപയോഗിക്കുന്നത് പുരാണ കഥകളുടെ ചുവടുപിടിച്ചുള്ള മിത്താണ്.

ഭൂമിയുടെ പരമാധിപനായ, മഹാവിഷ്ണുവിൽ നിന്ന് പൈഗാംബർപീർ ഉത്ഭവിക്കുകയും പൈഗാംബർപീറിൽനിന്ന് യവനന്മാർ ലോകമാകെ വ്യാപിക്കയും നിരവധി പേർ ഭൂമിയിലേക്ക് വരികയും ചെയ്തു. പൈഗാംബർപീർമാർ മ്ലേച്ഛധർമമാണ് നടപ്പിലാക്കിയത്. യവനൻമാർ ഖുറാൻ എന്നുവിളിക്കുന്ന നാല് ശാസ്ത്രങ്ങൾ സൃഷ്ടിച്ചു. യവനൻമാർ നാരായണനെ അല്ലാഹ് എന്നു വിളിക്കുകയും മഹാവിഷ്ണുവിനെ ഭക്തിയോടെ ആരാധിക്കുകയും ചെയ്യുന്നു. പതിനെട്ടാം നൂറ്റാണ്ടിൽ പോലും യവനൻ എന്ന പദം മുസ്ലീങ്ങളെ വിളിക്കാൻ ഉപയോഗിക്കുന്നതും, മുസൽമാൻ എന്ന പദം ഉപയോഗിക്കുമ്പോൾപോലും ഇസ്ലാമിന്റേത് മ്ലേച്ഛധർമം എന്ന് വിളിക്കുന്നതും ശ്രദ്ധേയമാണ്.

ഇവ ഒറ്റപ്പെട്ട ഉദാഹരണങ്ങളല്ല. പൗരാണിക ദൈവങ്ങളും

ഖുറാനിൽ പ്രത്യക്ഷപ്പെടുന്നതും തമ്മിൽ കൂടിക്കലർന്നുള്ള താണെന്ന് തോന്നിക്കാവുന്ന മിത്തുകളുടെ സൃഷ്ടിക്കുള്ള ഉദാഹരണങ്ങളാണ്. ബംഗാളിലെ ചില മംഗളകാവ്യങ്ങൾ ബംഗാളി മുസ്ലീങ്ങളെ സാംസ്കാരിക മധ്യവർത്തികൾക്ക്, ഇസ്ലാമിലേക്ക് മതപരിവർത്തനം ചെയ്യപ്പെട്ട ആളുകൾക്ക്, അവരുടെ പാരമ്പര്യം മറക്കരുതെന്ന ആഗ്രഹമുണ്ടായിരുന്നു. അതിന് ഇത്തരത്തിലുള്ള പുതിയ മിത്തുകൾ സൃഷ്ടിക്കാൻ അവർ സന്നദ്ധരായിരുന്നു. ജനസംഖ്യയിൽ മുസ്ലീങ്ങൾ ധാരാളമുള്ള പ്രദേശങ്ങളിലെ നാടോടി സാഹിത്യത്തിലും ഇത് തെളിഞ്ഞുകാണാം. തമിഴ്നാട്ടിലെ ഒരിനം ദ്രൗപദീ പൂജയിൽ രക്ഷകന്മാർ എപ്പോഴും മുസ്ലീമാണ്. ഇതിന്റെ അർഥം രണ്ട് വിഭാഗങ്ങളും തമ്മിലുള്ള പൊരുത്തത്തിന്റേയും സമാധാനപൂർവമായ സഹവർത്തിത്വത്തിന്റെയും ആദർശവൽക്കൃതമായ പ്രദർശനമായി ഇവയെ കാണണമെന്നല്ല. മറിച്ച് പുതിയ മിത്തുകളുടെ സൃഷ്ടി ഒരു തരത്തിലുള്ള വിയോജനത്തെയാണ് സൂചിപ്പിക്കുന്നത്. പക്ഷെ, ഈ സാഹിത്യത്തിന്റെ പഠനം, വരേണ്യ വിഭാഗങ്ങളുടെ സാഹിത്യത്തിന്റെ പഠനത്തേക്കാൾ ജനങ്ങൾ പരസ്പരം എങ്ങനെ കണ്ടിരുന്നുവെന്നതിന്റെ യാഥാർഥ്യത്തോടു കൂടുതൽ അടുത്തു ചെല്ലാൻ സഹായകമാവാം. ഇത്തരം ബന്ധങ്ങളുടെ വിശദീകരണങ്ങളുടെ ഏകശിലാത്മക സ്വഭാവം പുനഃപരിശോധിക്കേണ്ടതാണ്.

മതവും അധികാരവും

മതവും അധികാരവും തമ്മിലുള്ള ബന്ധം കൊട്ടാരം സദസ്യരുടേയും വരേണ്യവിഭാഗത്തിന്റേയും ഇടയിലാണ് കൂടുതൽ തെളിയുന്നത്. പക്ഷെ, മറ്റ് തട്ടുകളിലും ഇവ ഇല്ലാതില്ല. വൻകിട ഭരണകൂടവ്യവസ്ഥകൾ തകർന്ന് ചെറിയവയാകുമ്പോൾ ഇത്തരത്തിലുള്ള കണ്ണികൾ കൂടുതൽ പ്രകടമാകുന്നു. മതവിഭാഗങ്ങളും അധികാരഗ്രൂപ്പുകളും തമ്മിലുള്ള ബന്ധങ്ങളെയും ഒരു മതവിഭാഗത്തിന്റെ വ്യക്തിത്വമുപയോഗിച്ച് അധികാരം കൈയാളാനുള്ള പ്രവണതയെയും കാണിക്കുന്ന നിരവധി ഉദാഹരണങ്ങൾ പതിനെട്ടാം നൂറ്റാണ്ടിൽ കണ്ടെത്താൻ കഴിയും. ഓർച്ചാ രാജ്യത്തിലെ രാഷ്ട്രീയം ഇത്തരത്തിലുള്ള ഒരുദാഹരണമാണ്.

ബിർസിങ്ങ് ദേവ് ഝാൻസിയിൽ ഒരു കോട്ട കെട്ടുകയും സന്യാസിമാരുടെ ഒരു സൈനിക പ്രസ്ഥാനത്തെ സംരക്ഷണചുമതല ഏൽപ്പിക്കുയും ചെയ്തു. മഹന്ത് ഇന്ദർഗീർ ഗോസെയ്ൻ ആയിരുന്നു ഗവർണർ. 1735-ൽ അദ്ദേഹം കലാപം നടത്തുകയും അടുത്ത ദശകത്തിൽ മോത്ത് എന്ന സ്ഥലത്ത് ഒരു രാഷ്ട്രം സ്ഥാപിക്കുകയും ചെയ്തു. അദ്ദേഹം അവിടെ ഒരു കോട്ട കെട്ടി. ദാത്തിയ, ഓർച്ച

എന്നീ ഗ്രാമങ്ങൾ തന്റെ രാഷ്ട്രത്തോടു കൂട്ടിച്ചേർത്തു.1755-ൽ മറാത്തികൾ അദ്ദേഹത്തെ പുറത്താക്കി. എങ്കിലും അദ്ദേഹത്തിന്റെ ശിഷ്യനായ ഹിമ്മത് ബഹദൂർ ഗോസെയ്ൻ ആ പ്രദേശം തിരിച്ചുപിടിച്ചു.

മതവും രാഷ്ട്രീയവും തമ്മിലുള്ള സങ്കരം ഇന്ത്യൻ രാഷ്ട്രീയ ത്തിന് പുതിയതല്ല. മതവിഭാഗങ്ങൾ സമ്പന്നരാവുകയും അധികാര പ്രാപ്തിക്ക് അടുത്തെത്തുകയും ചെയ്താൽ ഈ പ്രവണത പ്രകടമാണ്. ഭരണാധികാരം അനിശ്ചിതമായ സമയങ്ങളിലും സ്ഥലങ്ങളിലും ഇത്തരം വിഭാഗങ്ങളുടെ രാഷ്ട്രീയമായ പങ്ക് കൂടുതൽ നിർണായകമാകും. പതിനെട്ടാം നൂറ്റാണ്ടിന്റെ അന്ത്യ ത്തിലും 19-ാം നൂറ്റാണ്ടിന്റെ ആദ്യഘട്ടത്തിലും കൊളോണിയൽ ഭരണകൂടത്തിന്റെ പ്രവർത്തനങ്ങൾ ഇത്തരം പ്രവർത്തനത്തെ ക്കുറിച്ചുള്ള നമ്മുടെ കാഴ്ചപ്പാടിന് മങ്ങലേൽപ്പിച്ചിട്ടുണ്ട്. നമ്മുടെ കാലഘട്ടത്തിൽ തന്നെ *ഇത്തരത്തിലുള്ള ചില ഗ്രൂപ്പുകൾ വീണ്ടും ശക്തി പ്രാപിക്കുകയാണ്. മഹന്ത്മാരും ഗോസെയ്ൻമാരും മറ്റു പലരും സമകാലീന രാഷ്ട്രീയത്തിൽ വീണ്ടും തഴച്ചു വളരുന്നു.*

വർഗീയ ഉത്തേജനത്തിൽ അടങ്ങിയ മറ്റൊരു ഘടകം അധികാരം നഷ്ടപ്പെട്ടവർ വീണ്ടും അധികാരം നേടാൻ ശ്രമിക്കും എന്നതാണ്. അവർ ഇപ്പോൾ വർഗീയ സംഘടനകളെ അധികാരം കൈവശപ്പെടുത്താൻ ഉപയോഗിക്കുന്നു. വിശ്വഹിന്ദു പരിഷത്ത് പോലുള്ള സംഘടനകളിൽ മുൻപന്തിയിലുള്ള മഹന്തുകളും സാധുക്കളും കൂടാതെ, ശക്തമായ ഒരു രജപുത്രലോബിയും രംഗത്തുണ്ട്. അവർ വിചാരിക്കുന്നത് അവരാണ് അധികാരം നേടേണ്ടത് എന്നും മുസ്ലീം ഭരണാധികാരികളുടെ വരവിനു മുമ്പ് രജപുത്രരാണ് അധികാരത്തിലുണ്ടായിരുന്നത് എന്നുമാണ്. ഈ ശതാബ്ദങ്ങളിൽ പല ചെറുരാജ്യങ്ങളിലും രജപുത്ര ഉൽപ്പത്തി അവകാശപ്പെടുന്ന രാജവംശങ്ങൾ ഭരിച്ചുപോന്നിട്ടുണ്ട്. വർഗീയ രാഷ്ട്രീയം ഏറ്റവും ശക്തി പ്രാപിച്ചിട്ടുള്ളത് മധ്യ ഉത്തരേന്ത്യയിലെ മുൻനാട്ടു രാജ്യങ്ങളിലാണെന്നത് ആകസ്മികമല്ല.

മതത്തിന്റെ സ്വഭാവമാറ്റം

മതത്തിന്റെ രാഷ്ട്രീയം മതത്തിന്റെ സ്വഭാവത്തിലും അനിവാര്യ മായ മാറ്റങ്ങൾ വരുത്തുന്നു. മതത്തിനും മതവിഭാഗങ്ങൾക്കും പൊതു പിന്തുണയും പൊതുവായ മുഖവുമുള്ളതുകൊണ്ട് രാഷ്ട്രീയമായ പങ്ക് വഹിക്കത്തക്ക വിധത്തിൽ അതിന്റെ രൂപത്തിൽ മാറ്റം വരുത്തേണ്ടതുണ്ട്. ചരിത്രത്തിൽ ഇവയെക്കുറിച്ചുള്ള നിർവചനങ്ങൾ തുടർച്ചയായി മാറിക്കൊണ്ടിരുന്നു. ഇതിന്റെ പരിണാമം ചരിത്രകാര ന്മാർ കൂടുതൽ പഠിക്കേണ്ടതുണ്ട്.

സമാന്തരമായ ഹിന്ദു പാരമ്പര്യങ്ങളുടെ കാര്യത്തിൽ കഴിഞ്ഞ രണ്ട് ശതാബ്ദങ്ങളായി സെമിറ്റിക് മതങ്ങളുടെ മാതൃകയിൽ അവയോട് ചില കാര്യങ്ങളിൽ സാമ്യമുള്ള ഒറ്റ ഹിന്ദു മതത്തെക്കുറിച്ചുള്ള ആശയം വളർന്നു വരുന്നുണ്ട്. പ്രവാചകരുടെ അഭാവത്തിൽ ഗുരുക്കളെയും സ്ഥാപകരെയും അന്വേഷിച്ചു വരുന്നു. ഭഗവദ്ഗീതയെപ്പോലുള്ള ചില മതഗ്രന്ഥങ്ങൾ സെമിറ്റിക് മാതൃകയിലുള്ള വിശുദ്ധ ഗ്രന്ഥങ്ങളായി കണക്കാക്കപ്പെടുന്നു. അനുഷ്ഠാനങ്ങളുടേയും ആചാരങ്ങളുടേയും അടിസ്ഥാനത്തിലുള്ള മതത്തിൽ നിന്ന് പുസ്തകാധിഷ്ഠിത മതത്തിലേക്കുള്ള മാറ്റമാണിത്. ഉദാഹരണത്തിന് കോടതികളിൽ *ബൈബിളും ഖുറാനും* പിടിച്ച് സത്യം ചെയ്യുന്നതുപോലെ *ഭഗവദ്ഗീത* പിടിച്ച് സത്യം ചെയ്യുന്നത് ഉദാഹരണമാണ്. ഹിന്ദു പാരമ്പര്യത്തിൽ ഭഗവദ്ഗീതയുടെ പ്രതീകാത്മകതയും അർഥവും ബൈബിളിന്റേയും ഖുറാന്റേയും പ്രാധാന്യവും തമ്മിൽ വ്യത്യാസമുണ്ട് എന്നതും ചില ഹിന്ദുക്കൾ ഭഗവദ്ഗീതയെ വിശുദ്ധഗ്രന്ഥമായി അംഗീകരിക്കുന്നില്ല എന്നതും വസ്തുതകളായിരിക്കെയാണിത്. എല്ലാ ഹിന്ദുക്കൾക്കും സ്വീകാര്യമായതും മതത്തെ സംബന്ധിച്ച പ്രശ്നങ്ങളെപ്പറ്റി പ്രഖ്യാപനം നടത്താൻ കഴിയുന്നതുമായ മതസ്ഥാപനങ്ങൾ നിലവിലുണ്ടെന്ന് സ്ഥാപിക്കാനുള്ള ശ്രമങ്ങൾ നടന്നുവരുന്നു. ശങ്കരാചാര്യൻമാരെ ഉയർത്തിക്കൊണ്ടു വരുന്നത് ഇതിന് മുമ്പുണ്ടാകാത്ത മാതിരി ഹിന്ദുക്കളുടെ വ്യക്തിത്വത്തെ നിർവചിക്കാൻ വേണ്ടിയാണ്.

പ്രത്യേകിച്ച് ട്രൈബൽ പ്രദേശങ്ങളിൽ പ്രവർത്തിക്കുന്ന മിഷനറിമാരുടെ പ്രവർത്തനങ്ങളും മതപരിവർത്തനവും ക്രിസ്ത്യൻ മിഷനറിമാരുടെ അനുകരണമാണ്. പ്രാചീനകാലത്തെ ഹിന്ദുമത വിഭാഗങ്ങളുടെ പ്രവർത്തന ശൈലിയിൽ നിന്ന് വിരുദ്ധമാണിത്. ഒരൊറ്റ ഹിന്ദുസമുദായം ഉണ്ടാകേണ്ടതിന്റെ ആവശ്യം കഴിഞ്ഞ രണ്ടു നൂറ്റാണ്ടുകളിലെ രാഷ്ട്രീയത്തിൽ നിന്നും കൊളോണിയൽ കാലഘട്ടത്തിലെ സമൂഹത്തിൽ വന്ന മാറ്റങ്ങളിൽ നിന്നും ജന്മമെടുത്തതാണ്. രാഷ്ട്രീയ പ്രചാരത്തിനായി മതപരമായ വ്യക്തിത്വങ്ങളുടെ ഉപയോഗം ഇന്ത്യൻ സമൂഹത്തിന്റെ യൂണിറ്റുകൾ മതസമുദായങ്ങളാണെന്ന ആശയത്തിൽ നിന്നും മതവിഭാഗങ്ങൾക്ക് വ്യത്യസ്ത സമ്മതിദായകാവകാശത്തെക്കുറിച്ചുള്ള പ്രശ്നത്തിൽ നിന്നും, പ്രതിനിധികളെ തിരഞ്ഞെടുക്കുമ്പോൾ ഉപയോഗിച്ച വോട്ടു സമ്പ്രദായത്തിൽ നിന്നും ഉയർന്നുവന്നതാണ്.

വർഗീയവൽക്കരണം

രാഷ്ട്രീയത്തിൽ മതത്തിന്റെ വർധിച്ച ഇടപെടൽ ഇന്ത്യൻ സമൂഹത്തെ വർഗീയവൽക്കരണത്തിലേക്കു നയിച്ചിരിക്കുന്നു.

ഇതിൽ കൊളോണിയൽ കാലഘട്ടത്തിലുണ്ടായ ഭൂതകാലത്തെ ഇന്ത്യൻ യാഥാർഥ്യത്തെക്കുറിച്ചുള്ള സങ്കൽപ്പം വമ്പിച്ച പ്രഭാവം ചെലുത്തിയിട്ടുള്ളതുകൊണ്ട്, ചരിത്രപരമായ വിശകലനങ്ങൾക്ക് അതിപ്രധാനസ്ഥാനമുണ്ട്. ഇന്ന് ഒരുപക്ഷെ വർഗീയതയുടെ വിവിധ പ്രകാരങ്ങളെക്കുറിച്ച് പറയാൻ കഴിയും. പ്രാഗ് കൊളോണിയൽ കാലഘട്ടത്തിൽ മതസമുദായങ്ങൾക്ക് കൂടുതൽ പരിമിതമായ അസ്തിത്വമാണുണ്ടായിരുന്നത്. കാരണം ഭാഷ, ജനവിഭാഗങ്ങൾ, പ്രാദേശികത്വം, ജാതി എന്നിവയായിരുന്നു കൂടുതൽ പ്രധാനപ്പെട്ട ബന്ധങ്ങൾ. മതപരമായ കാഴ്ചപ്പാടും ശത്രുതയും കൂടുതൽ പ്രാദേശികമായിരുന്നു. മതപരമായ വ്യക്തിത്വമുപയോഗിച്ച് വൻതോതിൽ രാഷ്ട്രീയ സംഘാടനം നടത്തുക വിഷമമായിരുന്നു. കൊളോണിയൽ കാലഘട്ടത്തിലുണ്ടായ ഇന്ത്യാചരിത്രത്തിന്റെ കാലഗണനാക്രമം ദ്വിരാഷ്ട്ര സിദ്ധാന്തത്തെ പ്രോത്സാഹിപ്പിക്കുകയും മുസ്ലീങ്ങളെയും ഹിന്ദുക്കളെയും പൊതുവിൽ ശത്രുതാമനോഭാവമുള്ള സമുദായങ്ങളായി അവതരിപ്പിക്കുകയും ചെയ്തു. കൊളോണിയൽ ശക്തി മുസ്ലീം വർഗീയതയെ പ്രോത്സാഹിപ്പിക്കുകയും ഉപയോഗിക്കുകയും ചെയ്തു. ഹിന്ദു വർഗീയത 1947–നുമുമ്പ് കൂടുതൽ പ്രകടമായ ശക്തിയായി, ദേശീയ പ്രസ്ഥാനം തന്നെ ദേശീയൈക്യത്തിനായി മതപരമായ പ്രതീകങ്ങൾ ഉപയോഗിച്ചു. പക്ഷെ ഇവ മതപരമായ പ്രതീകങ്ങൾ തന്നെയായി നിലകൊള്ളുകയും ഈ പ്രവണത 1947–നുശേഷം കൂടുതൽ തീവ്രമാവുകയും ചെയ്തു.

ഈ സ്ഥിതിയും ഇന്നത്തെ വർഗീയതയും തമ്മിലുള്ള ഗുണപരമായ മാറ്റം എല്ലാ മതവിഭാഗങ്ങളിലും വർഗീയ ആശയ സംഹിത വളർന്നു എന്നത് മാത്രമല്ല, വർഗീയ ഗ്രൂപ്പുകൾ എടുക്കുന്ന പൊതുനിലപാടുകളിൽ വന്നിട്ടുള്ള അക്രമാസക്തിയും സൈനികവൽക്കരണവും കൂടിയാണ്. മുമ്പ്, ഹിന്ദുക്കളും മുസ്ലീങ്ങളും എന്ന് അറിയപ്പെടുന്നവർ തമ്മിൽ കലഹങ്ങളുണ്ടാവുകയാണെങ്കിൽ, ഒരു മതാചാരത്തെ ചൊല്ലിയുള്ള അഭിപ്രായ വ്യത്യാസമാണ് ലഹളക്കു കാരണമെങ്കിൽ ആദ്യം തന്നെ ചെയ്യാവുന്നത് അക്രമത്തെ തടയാനുള്ള സംഭാഷണം നടത്തുകയും അതുവഴി പ്രശ്നം പരിഹരിക്കുകയുമാണ്. ഇത് ജനങ്ങളുടെ മതപരമായ പ്രകടനത്തിൽ തന്നെ അടങ്ങിയതാണ്. കാരണം അത് രണ്ട് മതവിഭാഗങ്ങളിൽപ്പെട്ടവരെയും ബാധിക്കും. ഇന്ന് അങ്ങനെ ഒരു സംവാദം സാധ്യമല്ല. വിശ്വഹിന്ദു പരിഷത്ത് ഒരു സംവാദവും ആവശ്യപ്പെടുന്നില്ല. മുസ്ലീം പള്ളികളുടെ ധ്വംസനമാണ് അവർ ആവശ്യപ്പെടുന്നത്. അവരുടെ അനുയായികളും അതിന്റെ കീഴിലുള്ള ബജ്രംഗ്ദളും ഭക്തന്മാരുടെ സംഘമായി കരുതാൻ കഴിയില്ല. ഇവരുടെ ഉപയോഗം ആവശ്യമുള്ള അക്രമം അഴിച്ചുവിടുകയാണ്. *വിശ്വഹിന്ദു പരിഷത്തിനെ അതിന്റെ സ്വന്തം*

നിലയിൽതന്നെ മനസിലാക്കണം. അതൊരു മതപ്രസ്ഥാനമല്ല, മതത്തെ മുന്നിൽ നിർത്തി പ്രവർത്തിക്കുന്ന രാഷ്ട്രീയ സംഘടനയാണ്.

ഈ വർഗീയ രാഷ്ട്രീയത്തിന് പുറമെയാണ് ഈ അക്രമാസക്തി പ്രോത്സാഹിപ്പിച്ചുവരുന്ന സമൂഹത്തിന്റെ ക്രിമിനൽ വൽക്കരണം. അത് ഭൂരിപക്ഷസമുദായത്തിനും ന്യൂനപക്ഷ സമുദായങ്ങൾക്കും ഒരുപോലെ ബാധകമാണ്. വർഗീയതയുടെ പ്രശ്നത്തിൽ വ്യത്യസ്തമായ ഒരു സംവാദശൈലി ഇത് സൃഷ്ടിച്ചിരിക്കുന്നു. രാഷ്ട്രീയ പോരാട്ടങ്ങൾ വർഗീയ പ്രശ്നങ്ങളെ കേന്ദ്രീകരിച്ചാണ് നടക്കുന്നത്. മറ്റ് അടിസ്ഥാന താൽപ്പര്യങ്ങൾ അവഗണിക്കപ്പെടുന്നു.

വർഗീയ ആശയ സംഹിതകൾ ചരിത്രത്തെ ഉപജീവിക്കുന്നതുകൊണ്ട്, ഭൂതകാലത്തെക്കുറിച്ച് കൂടുതൽ വിശദമായ, വ്യത്യസ്ത കാഴ്ചപ്പാടുകളിൽ നിന്നുള്ള പഠനങ്ങൾ, വർഗീയ ആശയസംഹിത അതിനുണ്ടെന്ന് പ്രചരിപ്പിക്കുന്ന നിയമസാധുതയെ എതിർക്കാനായി, നടത്തേണ്ടിയിരിക്കുന്നു. ചരിത്രത്തിന്റെ വർഗീയമായ വളച്ചൊടിക്കലുകൾ ജനങ്ങളുടെ ഇടയിൽ പ്രചരിപ്പിക്കപ്പെടുമ്പോൾ ജനങ്ങളുടെ അവബോധത്തിൽ അവ എത്തിച്ചേരുന്നു. ഈ വികലമായ ചരിത്രധാരണയെ മാറ്റുക എന്നത് അതീവ ദുഷ്കരമായ ഒരു ജോലിയായിത്തീരുന്നു. അതുകൊണ്ട് ഭൂതകാലത്തെക്കുറിച്ചുള്ള ജനങ്ങളുടെ കാഴ്ചപ്പാടുകളുടെ പഠനം ചരിത്രകാരന്റെ പ്രവർത്തന പരിപാടിയിൽപ്പെടുന്നു.